ಮುನ್ನುಡಿ

ಭಾರತವು ಪ್ರಪಂಚದ ಅತಿದೊಡ್ಡ ಸಂವಿಧಾನ ಹೊಂದಿದರು ನಮ್ಮ ದೇಶದಲ್ಲಿ ಇನ್ನುಕೂಡ ಜಾತಿ, ಮತ, ಧರ್ಮ ದಲ್ಲಿ ರಾಜಕೀಯ ಬೇಳೆ ಬೇಯಿಸಿಕೊಳ್ಳುತಿದಾರೆ. ಈ ಎಲ್ಲಾ ವಿಷಯಗಳನ್ನು ನಾವು ತಿಳಿದಿದ್ದರೂ ಏನು ಮಾಡಲಾಗದ ಸಂದರ್ಭ ದಲ್ಲಿದ್ದೇವೆ. ಇದನ್ನು ಬುಡದಿಂದ ಬೇರ್ಪಡಿಸುವ ಪ್ರಯತ್ನವೇ ಈ ಲೇಖನವಾಗಿದೆ. ಅಮೆರಿಕಕ್ಮ್ಯಾ ತೆ ಭಾರತವು ಸಮೃದ್ಧಿ ಯಾಗಬೇಕು ಪ್ರಪಂಚದದ್ಮ್ಯಾತ ಪ್ರಸಿದ್ಧಿಯಾಗಬೇಕು, ಅದಕ್ಕೆ ಮಾಡಬೇಕಾದ ಎಲ್ಲಾ ಪ್ರಯತ್ನವು ಮಾಡಬೇಕಿದೆ ಎಂಬುದನ್ನು ಇಲ್ಲಿ ತಿಳಿಸಲಾಗಿದೆ, ಎಲ್ಲಾ ವರ್ಗದಲ್ಲೂ ನಾವು ಅಭಿರುದ್ಧಿಯಾಗಬೇಕು ಯಂಬುದೇ ಈ ಲೇಖನದ ಉದ್ದೇಶವಾಗಿದೆ. ಅಭಿರುದ್ಧಿಯ ಕಡೆ ಭಾರತ ಇರಬೇಕಂಬುದೇ ನನ್ನ ಅನಿಸಿಕೆಯಾಗಿದೆ.

ದಿನಾಂಕ : 11-08-2024   ಲೇಖಕರು ಮತ್ತು ಸಂಪಾದಕರು

ಸ್ಥಳ : ಮೈಸೂರು   ಕಾರ್ತಿಕ್ ಹೆಚ್ ಎ

ಪರಿವಿಡಿ

- ಆರ್ಥಿಕ ಅಭಿವೃದ್ಧಿ
- ತಂತ್ರಿಜ್ಞಾನ್ ಮತ್ತು ನಾವಿನ್ಯತೆ
- ಶಿಕ್ಷಣ ಮತ್ತು ಕೌಶಲಾಯಭಿವೃದ್ಧಿ
- ಅರೋಗ್ಯ ಮತ್ತು ಸುಸ್ಥಿರತೆ
- ಸ್ಮಾರ್ಟ್ ಮತ್ತು ಮುಲಾಸೌಕರ್ಯ
- ಪುರೊಗಾಮಿ ನೀತಿಗಳು
- ಸವಾಲುಗಳು
- ಮುಕ್ತಾಯ

1. ಭಾರತದ ಅಭಿವೃದ್ಧಿ: ಪ್ರಸ್ತಾವನೆ

ಸ್ವಾತಂತ್ರ್ಯ ಪೂರ್ವ ಯುಗ:

- **ಕಾಲನಿಕ ಕಾಲ:** ಭಾರತದ ಆರ್ಥಿಕತೆಯು ಮುಖ್ಯವಾಗಿ ಕೃಷಿ ಆಧಾರಿತವಾಗಿತ್ತು ಮತ್ತು ಹಸ್ತಕುಶಲ ವೃತ್ತಿಗಳಿಗೂ ಹೆಸರುವಾಸಿಯಾಗಿತ್ತು. ಬ್ರಿಟಿಷ್ ಆಡಳಿತ ಭಾರತದ ಆರ್ಥಿಕ ವಿನ್ಯಾಸವನ್ನು ಪ್ರಮುಖಿವಾಗಿ ಕಚ್ಚಾ ವಸ್ತುಗಳ ರಫ್ತು ಮತ್ತು ಮಿತಿಯಾದ ಕೈಗಾರಿಕಾ ಅಭಿವೃದ್ಧಿಗೆ ಗುರಿಪಡಿಸಿತು.

- **ಸ್ವಾತಂತ್ರ್ಯ ಹೋರಾಟ:** ಮಹಾತ್ಮ ಗಾಂಧಿ, ಜವಾಹರಲಾಲ್ ನೆಹರು ಮತ್ತು ಇತರ ನಾಯಕರು ಸ್ವಾವಲಂಬನೆ ಮತ್ತು ಆರ್ಥಿಕ ಸ್ವಾತಂತ್ರ್ಯದ ಪರ ವಾದಿಸಿದ್ದರು, ಇದು ಭವಿಷ್ಯದ ಅಭಿವೃದ್ಧಿ ನೀತಿಗಳಿಗೆ ನೆಲೆ ನಿರ್ಮಿಸಿತು.

ಸ್ವಾತಂತ್ರ್ಯೋತ್ತರ ಯೋಜನೆ:

- **ನೆಹರೂ ಕಾಲ:** ಭಾರತದ ಮೊದಲ ಪ್ರಧಾನಿ ಜವಾಹರಲಾಲ್ ನೆಹರು ಅವರು ಸಾರ್ವಜನಿಕ ಕ್ಷೇತ್ರದ ನಿಯಂತ್ರಣ ಮತ್ತು ಯೋಜನೆಗಳಿಗೆ

ಹೆಚ್ಚಿನ ಮಹತ್ವ ನೀಡಿದರು. ಯೋಜನಾ ಆಯೋಗದ ಸ್ಥಾಪನೆ ಮತ್ತು ಐದು ವರ್ಷಗಳ ಯೋಜನೆಗಳ ಅನುಷ್ಠಾನವು ಮುಖ್ಯವಾಗಿತ್ತು.

- **ಕೈಗಾರಿಕಾ ನೀತಿ:** ಭಾರೀ ಕೈಗಾರಿಕೆಗಳು, ಮೂಲಸೌಕರ್ಯ ಅಭಿವೃದ್ಧಿ ಮತ್ತು ಉಕ್ಕು, ಶಕ್ತಿ, ಯಂತ್ರೋಪಕರಣಗಳು ಇತ್ಯಾದಿ ಪ್ರಮುಖ ವಲಯಗಳಲ್ಲಿ ಸ್ವಾವಲಂಬನೆಗೆ ಹೆಚ್ಚಿನ ಒತ್ತು.

- **ಹಸಿರು ಕ್ರಾಂತಿ:** 1960 ಮತ್ತು 1970ರ ದಶಕಗಳಲ್ಲಿ ಕೃಷಿ ಉತ್ಪಾದಕತೆಯನ್ನು ಹೆಚ್ಚಿಸಲು ಹೈಬ್ರಿಡ್ ಬೀಜಗಳ ಪರಿಚಯ, ನೀರಾವರಿ, ರಸಗೊಬ್ಬರ ಮತ್ತು ಕೀಟನಾಶಕಗಳ ಬಳಕೆ.

ಈ ಪ್ರಸ್ತಾವನೆ ಭಾರತದ ನಿರಂತರ ಅಭಿವೃದ್ಧಿ ಪ್ರಯತ್ನಗಳಲ್ಲಿರುವ ಸಂಕೀರ್ಣತೆಗಳು ಮತ್ತು ತಂತ್ರಗಳನ್ನು ಅರ್ಥಮಾಡಿಕೊಳ್ಳಲು ನೆಲೆ ನಿರ್ಮಿಸುತ್ತದೆ

ಭಾರತದ ಇತಿಹಾಸವು ಬಹಳಷ್ಟು ವಿಶಾಲ ಮತ್ತು ವೈವಿಧ್ಯಮಯವಾಗಿದೆ. ಇದು ಹಲವು ಶತಮಾನಗಳ ಪೈಪೋಟಿಯ ಈಜು, ನವೀಕರಣ ಮತ್ತು ಆಧುನಿಕತೆಯ ಕಥೆಯಾಗಿದೆ. ಇಲ್ಲಿದೆ ಭಾರತದ ಇತಿಹಾಸದ ಪ್ರಮುಖ ಹಂತಗಳ ಸಂಕ್ಷಿಪ್ತ ಅವಲೋಕನ:

ಪ್ರಾಚೀನ ಭಾರತ:

- **ಸಿಂಧು ಕಣಿವೆ ನಾಗರಿಕತೆ (ಸು. 2500-1700 BCE):** ಹಡಪ್ಪಾ ಮತ್ತು ಮೊಹೆಂಜೋದಾರೋ ಮುಂತಾದ ನಗರಗಳ ಮೂಲಕ ಪ್ರಸಿದ್ಧ. ನಾಗರಿಕತೆಯು ನಗರ ಯೋಜನೆ, ನೀರಿನ ಸರಬರಾಜು, ಮತ್ತು ವ್ಯಾಪಾರದಲ್ಲಿ ಉನ್ನತ ಮಟ್ಟವನ್ನು ತಲುಪಿತ್ತು.

- **ವೇದಿಕ ಕಾಲ (ಸು. 1500-500 BCE):** ವೇದಗಳು, ಸಂಸ್ಕೃತ ಸಾಹಿತ್ಯ, ಧರ್ಮ ಮತ್ತು ದರ್ಶನಗಳು ಈ ಕಾಲದಲ್ಲಿ ಅಭಿವೃದ್ಧಿಯಾಗಿದ್ದವು.

- **ಮಹಾಜನಪದಗಳು ಮತ್ತು ಮಹಾವೀರ, ಬುದ್ಧ:** ಗಣರಾಜ್ಯಗಳ (ಮಹಾಜನಪದಗಳು) ಉದಯ ಮತ್ತು ಜೈನ, ಬೌದ್ಧ ಧರ್ಮಗಳ ಸ್ಥಾಪನೆ.

ಮಧ್ಯಯುಗದ ಭಾರತ:

- **ಮೌರ್ಯ ಸಾಮ್ರಾಜ್ಯ (ಸು. 322-185 BCE):** ಚಂದ್ರಗುಪ್ತ ಮೌರ್ಯ ಮತ್ತು ಅಶೋಕ ಅವರ ಕಾಲದಲ್ಲಿ ಭಾರತವು ಮೊದಲ ಬಾರಿಗೆ ಒಂದು ಸಾಮ್ರಾಜ್ಯವಾಗಿತ್ತು. ಅಶೋಕನ ಧರ್ಮ ಮತ್ತು ಅಹಿಂಸೆ ತತ್ವಗಳು ಪ್ರಸಿದ್ಧ.

- **ಗುಪ್ತ ಸಾಮ್ರಾಜ್ಯ (ಸು. 320-550 CE):** "ಭಾರತದ ಚಿನ್ನದ ಯುಗ" ಎಂದು ಕರೆಯಲ್ಪಡುವ ಈ ಕಾಲದಲ್ಲಿ ವಿಜ್ಞಾನ, ತಂತ್ರಜ್ಞಾನ, ಇತಿಹಾಸ, ಗಣಿತ, ಜ್ಯೋತಿರ್ವಿದ್ಯೆ, ಕಲಾ ಕ್ಷೇತ್ರಗಳಲ್ಲಿ ಬಹಳ ಪ್ರಗತಿ ನಡೆದಿದೆ.

- **ದಕ್ಷಿಣ ಭಾರತದ ಸಾಮ್ರಾಜ್ಯಗಳು:** ಪಾಂಡ್ಯ, ಚೋಳ, ಚಾಲುಕ್ಯ, ಹೊಯ್ಸಳ ಮುಂತಾದ ಸಾಮ್ರಾಜ್ಯಗಳು ದಕ್ಷಿಣ ಭಾರತದಲ್ಲಿ ಪುಷ್ಟಿಸಿತು.

ಮಧ್ಯಕಾಲೀನ ಭಾರತ:

- **ಇಸ್ಲಾಮಿಕ್ ಸೌಲಭ್ಯಗಳು:** ದೆಹಲಿಯ ಸುಲ್ತಾನತು ಮತ್ತು ನಂತರ ಮುಘಲ್ ಸಾಮ್ರಾಜ್ಯ (ಬಾಬರ್, ಅಕ್ಬರ್, ಔರಂಗಜೇಬ್) ಭಾರತದ ವ್ಯಾಪಕ ಭಾಗವನ್ನು ಆಡಳಿತಕ್ಕೆ ತೆಗೆದುಕೊಂಡವು. ಈ ಕಾಲದಲ್ಲಿ ಕಲೆಯ, ಸಂಸ್ಕೃತಿಯ ಮತ್ತು ವಾಸ್ತುಶಿಲ್ಪದ ಅತ್ಯಂತ ಉತ್ತುಂಗವನ್ನು ಕಂಡುಬಂದಿತು.

- **ದಕ್ಷಿಣ ಭಾರತದಲ್ಲಿ ವಿಜಯನಗರ ಸಾಮ್ರಾಜ್ಯ:** ಕುರುಬ ವೀರಶೈವ ನಾಯಕರಿಂದ ಸ್ಥಾಪಿಸಲ್ಪಟ್ಟ ವಿಜಯನಗರ ಸಾಮ್ರಾಜ್ಯವು ಸುಮಾರು 300 ವರ್ಷಗಳ ಕಾಲ ಬಾಹ್ಯ ಆಕ್ರಮಣಕಾರರಿಂದ ದಕ್ಷಿಣ ಭಾರತವನ್ನು ರಕ್ಷಿಸಿತು.

ಆಧುನಿಕ ಭಾರತ:

- **ಬ್ರಿಟಿಷ್ ವಸಾಹತು (ಸು. 1858-1947):** ಈ ಕಾಲದಲ್ಲಿ ಬ್ರಿಟಿಷ್ ಇಸ್ಟ್ ಇಂಡಿಯಾ ಕಂಪನಿಯ ವ್ಯಾಪಾರ ಮತ್ತು ನಂತರ ಬ್ರಿಟಿಷ್ ಆಡಳಿತವು ದೇಶವನ್ನು ಆಳತೊಡಗಿತು. ಭಾರತೀಯ ಸ್ವಾತಂತ್ರ್ಯ ಹೋರಾಟವು ಮಹಾತ್ಮ ಗಾಂಧಿ, ನೆಹರು, ಭಗತ್ ಸಿಂಗ್ ಮುಂತಾದ ನಾಯಕರು ನೇತೃತ್ವ ನೀಡಿದರು.

- **ಸ್ವಾತಂತ್ರ್ಯದ ನಂತರ (1947-ಇಂದಿನವರೆಗೆ):** 1947 ರಲ್ಲಿ ಭಾರತ ಸ್ವಾತಂತ್ರ್ಯವನ್ನು ಪಡೆಯಿತು ಮತ್ತು ಬೃಹತ್ ಅಭಿವೃದ್ಧಿ ಮತ್ತು ಆಧುನಿಕೀಕರಣದ ಪಯಣವನ್ನು ಆರಂಭಿಸಿತು.

ಈ ಸಂಕ್ಷಿಪ್ತ ಅವಲೋಕನವು ಭಾರತದ ಬೃಹತ್ ಇತಿಹಾಸದ ಪ್ರಮುಖ ಹಂತಗಳನ್ನು ಒಳಗೊಂಡಿದೆ.

ಭಾರತದ ಸ್ವಾತಂತ್ರ್ಯ ಹೋರಾಟದಲ್ಲಿ ಪಾಲ್ಗೊಂಡ ಹೋರಾಟಗಾರರು ತಮ್ಮ ತ್ಯಾಗ ಮತ್ತು ಶೌರ್ಯದಿಂದ ದೇಶವನ್ನು ಸ್ವಾತಂತ್ರ್ಯಕ್ಕೆ ಕೊಂಡೊಯ್ದಿದ್ದಾರೆ. ಇಲ್ಲಿ ಪ್ರಮುಖ ಭಾರತೀಯ ಸ್ವಾತಂತ್ರ್ಯ ಹೋರಾಟಗಾರರ ಬಗ್ಗೆ ಮಾಹಿತಿ ನೀಡಲಾಗಿದೆ:

ಮಹಾತ್ಮ ಗಾಂಧಿ (1869-1948):

- **ಜೀವನ ಮತ್ತು ನಾಯಕತ್ವ:** ಮಹಾತ್ಮ ಗಾಂಧಿ ಅವರನ್ನು 'ರಾಷ್ಟ್ರಪಿತ' ಎಂದೂ ಕರೆಯುತ್ತಾರೆ. ಅವರ ಅಹಿಂಸಾ ತತ್ವವು ಮತ್ತು ಸತ್ಯಾಗ್ರಹ ಚಲನೆಗಳು ಸ್ವಾತಂತ್ರ್ಯ ಹೋರಾಟಕ್ಕೆ ಪ್ರಮುಖ ಶಕ್ತಿಯನ್ನಾಗಿಸಿಕೊಂಡವು.

- **ಪ್ರಮುಖ ಚಲನೆಗಳು:** ಚಂಪಾರಣ್ ಸತ್ಯಾಗ್ರಹ, ಖಿಲಾಫತ್ ಚಲನೆ, ಅಸಹಕಾರ ಚಲನೆ, ದಂಡಿ ಮಾರ್ಚ್ (ಉಪ್ಪು ಸತ್ಯಾಗ್ರಹ), ಭಾರತ ತ್ಯಜನ ಚಲನೆ.

ಜವಾಹರಲಾಲ್ ನೆಹರು (1889-1964):

- **ನಾಯಕತ್ವ:** ಭಾರತದ ಮೊದಲ ಪ್ರಧಾನಿ, ಸ್ವಾತಂತ್ರ್ಯ ಹೋರಾಟದ ಪ್ರಮುಖ ನಾಯಕ, ಭಾರತದಲ್ಲಿ ಐಕ್ಯತೆ, ಧಾರ್ಮಿಕತೆಯಿಂದ ಮುಕ್ತತೆ, ಮತ್ತು ಆಧುನಿಕೀಕರಣದ ಪರಿಪಾಲಕರು.

- **ರೋಲ್:** ಭಾರತೀಯ ರಾಷ್ಟ್ರೀಯ ಕಾಂಗ್ರೆಸ್‌ನ ಪ್ರಮುಖ ನಾಯಕ, ಗಾಂಧಿಯವರ ಶಿಷ್ಯ.

ಭಗತ್ ಸಿಂಗ್ (1907-1931):

- **ಜೀವನ:** ಭಗತ್ ಸಿಂಗ್ ಅವರು ಕ್ರಾಂತಿಕಾರಿ ಸ್ವಾತಂತ್ರ್ಯ ಹೋರಾಟಗಾರರು. ಬ್ಲಾರ್ಟ್ ಗ್ರೂಪ್‌ನ ಸದಸ್ಯ.

- **ಸಾಮರ್ಥ್ಯ:** ಸೈಮನ್ ಕಮಿಷನ್ ವಿರೋಧದ ವೇಳೆ ಲಾಲಾ lajpat ರೈ ಅವರ ಮೇಲಿನ ದಾಳಿ ಮತ್ತು ಸಂಸತ್‌ನಲ್ಲಿ ಬಾಂಬ್ ಸಿಡಿಸುವ ಮೂಲಕ ಬ್ರಿಟಿಷ್ ಸರ್ಕಾರದ ವಿರುದ್ಧ ತಮ್ಮ ಅಸಹಕಾರವನ್ನು ತೋರಿಸಿದರು.

ಸುಭಾಷ್ ಚಂದ್ರ ಬೋಸ್ (1897-1945):

- **ಜೀವನ:** ಸುಭಾಷ್ ಚಂದ್ರ ಬೋಸ್ ಅವರನ್ನು 'ನೇತಾಜಿ' ಎಂದು ಕರೆಯುತ್ತಾರೆ. ಅವರು ಇಂಡಿಯನ್ ನ್ಯಾಷನಲ್ ಆರ್ಮಿಯನ್ನು (INA) ರಚಿಸಿದರು.

- **ಹೋರಾಟ:** "ತುಂಬಿದ ಭಾರತ" (Quit India Movement) ಚಲನೆಯಲ್ಲಿ ಸಕ್ರಿಯ ಪಾಲ್ಗೊಂಡರು, ಬ್ರಿಟಿಷ್ ವಿರುದ್ಧ INA ಮೂಲಕ ಸಶಸ್ತ್ರ ಹೋರಾಟ ನಡೆಸಿದರು.

ಸಾರ್ದಾರ್ ವಲ್ಲಭಭಾಯಿ ಪಟೇಲ್ (1875-1950):

- **ಜೀವನ:** 'ಲೋಹದ ಮನುಷ್ಯ' ಎಂದು ಪ್ರಸಿದ್ಧ. ಭಾರತೀಯ ಐಕ್ಯತೆಗಾಗಿ ಮತ್ತು ಜಮೀನು ಮೌಲ್ಯಗಳನ್ನು ಕಾಪಾಡಲು ಹೋರಾಟ ಮಾಡಿದರು.

- **ರೋಲ್:** ಸ್ವಾತಂತ್ರ್ಯ ನಂತರ ಭಾರತದ ಏಕೀಕರಣಕ್ಕಾಗಿ ಮಹತ್ವದ ಕೆಲಸ.

ರಾಣಿ ಲಕ್ಷ್ಮೀಬಾಯಿ (1828-1858):

- **ಜೀವನ:** 1857ರ ಮೊದಲ ಸ್ವಾತಂತ್ರ್ಯ ಹೋರಾಟದ ನಾಯಕಿ, ಜನ್ಸಿಯ ರಾಣಿ.

- **ಸಾಮರ್ಥ್ಯ:** ಬ್ರಿಟಿಷ್ ವಿರುದ್ಧ ತೀವ್ರ ಹೋರಾಟ ನಡೆಸಿ ದೇಶದ ಸ್ವಾತಂತ್ರ್ಯಕ್ಕಾಗಿ ತಮ್ಮ ಪ್ರಾಣ ತ್ಯಾಗ ಮಾಡಿದರು.

ಬಾಲಗಂಗಾಧರ ತಿಲಕ್ (1856-1920):

- **ಜೀವನ:** 'ಸ್ವರಾಜ್ಯವು ನನ್ನ ಜನ್ಮಸಿದ್ಧ ಹಕ್ಕು' ಎಂದು ಘೋಷಿಸಿದ ಮೊದಲವರು.

- **ಹೋರಾಟ:** ಬ್ರಿಟಿಷ್ ಸರ್ಕಾರದ ವಿರುದ್ಧ ತೀವ್ರ ಹೋರಾಟ ನಡೆಸಿದರು ಮತ್ತು ಭಾರತದ ಸ್ವಾತಂತ್ರ್ಯ ಹೋರಾಟದಲ್ಲಿ ಪ್ರಮುಖ ಪಾತ್ರ ವಹಿಸಿದರು.

ಅಂಬೇಡ್ಕರ್ (1891-1956):

- **ಜೀವನ:** ಡಾ. ಬಿ.ಆರ್. ಅಂಬೇಡ್ಕರ್, ಭಾರತದ ಸಂವಿಧಾನದ ಪ್ರಮುಖ ಬಾಹುಳಿಕತೆಯು, ದಲಿತ ಹಕ್ಕುಗಳ ಪರ ಹೋರಾಟದ ನಾಯಕ.

- **ರೋಲ್:** ಸಂವಿಧಾನ ಸಮಿತಿ ಅಧ್ಯಕ್ಷ, ಸಮಾಜದ ಅಸಮಾನತೆಯ ವಿರುದ್ಧ ಹೋರಾಟ.

ಅನ್ನಿ ಬೇಸೆಂಟ್ (1847-1933):

- **ಜೀವನ:** ಆಂಗ್ಲ-ಐರಿಷ್ ಮೂಲದ ತಮ್ಮರೂ, ಭಾರತದಲ್ಲಿ ಸ್ವರಾಜ್ಯದ ಪರ ಹೋರಾಟ ಮಾಡಿದವರು.

- **ಹೋರಾಟ:** ಒಮ್ಸ್ ರೂಲ್ ಲೀಗ್ ಸ್ಥಾಪಿಸಿದರು.

ಈ ಸ್ವಾತಂತ್ರ್ಯ ಹೋರಾಟಗಾರರು ಮತ್ತು ಇತರ ಅನೇಕರು ತಮ್ಮ ತ್ಯಾಗ ಮತ್ತು ಶೌರ್ಯದಿಂದ ಭಾರತವನ್ನು ಸ್ವಾತಂತ್ರ್ಯಕ್ಕೆ ಕೊಂಡೊಯ್ದಿದ್ದಾರೆ. ಅವರ ತ್ಯಾಗವು ನಮ್ಮೆಲ್ಲರಿಗೆ ಪ್ರೇರಣೆ.

2.ಭಾರತದ ಏಕತೆ ಮತ್ತು ವೈವಿಧ್ಯತೆ

ಭಾರತವು ವೈವಿಧ್ಯಮಯ ದೇಶವಾಗಿದ್ದು, ಸಾಂಸ್ಕೃತಿಕ, ಧಾರ್ಮಿಕ, ಭೌಗೋಳಿಕ ಮತ್ತು ಭಾಷಾತ್ಮಕ ವೈವಿಧ್ಯತೆಯ ಬೃಹತ್ ಚೌಕಟ್ಟನ್ನು ಒಳಗೊಂಡಿದೆ. ಈ ವೈವಿಧ್ಯತೆ ಭಾರತೀಯ ಸಮಾಜದ ಮೂಲವಾದ ಏಕತೆಯ ಜೊತೆಗೆ ಬೆಸೆಯಾಗಿದೆ.

ಸಾಂಸ್ಕೃತಿಕ ವೈವಿಧ್ಯತೆ:

- **ಭಾಷೆಗಳು:** ಭಾರತದಲ್ಲಿ 1,600 ಕ್ಕೂ ಹೆಚ್ಚು ಭಾಷೆಗಳು ಮತ್ತು ಉಪಭಾಷೆಗಳು ಉಪಯೋಗದಲ್ಲಿವೆ. ಭಾರತೀಯ ಸಂವಿಧಾನ 22 ಅಧಿಕೃತ ಭಾಷೆಗಳನ್ನು ಗುರುತಿಸಿದೆ, ಈ ಭಾಷೆಗಳು ವಿವಿಧ ರಾಜ್ಯಗಳ ವಿಶಿಷ್ಟ ಪೈಪೋಟಿಯುಳ್ಳ ಸಾಂಸ್ಕೃತಿಕ ಪರಂಪರೆಯನ್ನು ಪ್ರತಿನಿಧಿಸುತ್ತವೆ.

- **ಧಾರ್ಮಿಕ ಭಿನ್ನತೆ:** ಹಿಂದೂ, ಇಸ್ಲಾಂ, ಕ್ರೈಸ್ತ, ಸಿಖ್, ಬೌದ್ಧ, ಜೈನ್ ಮತ್ತು ಪಾರ್ಸಿ ಧರ್ಮಗಳನ್ನು ಹೊಂದಿರುವ ಭಾರತವು ಬಹುಧಾರ್ಮಿಕ ಸಮಾಜವಾಗಿದೆ. ಧರ್ಮನಿರಪೇಕ್ಷತೆ ಮತ್ತು ಸಾಮರಸ್ಯದ ಸಿದ್ಧಾಂತವು ಭಾರತೀಯ ಸಂವಿಧಾನದಲ್ಲಿ ಸ್ಪಷ್ಟವಾಗಿ ಉಲ್ಲೇಖಿಸಲಾಗಿದೆ.

- **ಸಾಂಪ್ರದಾಯಿಕ ಆಚರಣೆಗಳು:** ಪ್ರತಿಯೊಬ್ಬ ಸಮುದಾಯವು ತನ್ನದೇ ಆದ ಆಚರಣೆಗಳು, ಹಬ್ಬಗಳು, ವೇಷಭೂಷಣಗಳು ಮತ್ತು ಆಹಾರ

ಪದ್ಧತಿಗಳನ್ನು ಹೊಂದಿದೆ. ದೀಪಾವಳಿ, ಈದ್, ಕ್ರಿಸ್ಮಸ್, ಪೆಸಹ, ಹೊಸವಿ ಹಬ್ಬಗಳು ಮುಂತಾದವುಗಳು ದೇಶದ ವಿವಿಧ ಭಾಗಗಳಲ್ಲಿ ಆಚರಿಸಲಾಗುತ್ತವೆ.

ಭೌಗೋಳಿಕ ಮತ್ತು ಪರಿಸರ ವೈವಿಧ್ಯತೆ:

- **ಪ್ರಾಕೃತಿಕ ಭೂಭಾಗಗಳು:** ಹಿಮಾಲಯ, ಗಂಗಾ ಸಮತಟ, ತರುಣ ದಕ್ಷಿಣ ಪ್ರಾಯದ್ವೀಪ, ಪಶ್ಚಿಮ ಘಟ್ಟ, ತಟದ ಪ್ರದೇಶಗಳು ಮತ್ತು ಮರಳು ಪ್ರದೇಶಗಳಾದ ಥಾರ್ ಮುಂತಾದ ಅನೇಕ ವಿಭಿನ್ನ ಭೌಗೋಳಿಕ ಲ್ಯಾಂಡ್‌ಸ್ಕೇಪ್‌ಗಳನ್ನು ಭಾರತ ಹೊಂದಿದೆ.

- **ಜೀವವೈವಿಧ್ಯತೆ:** ಭಾರತದ ವನ್ಯಜೀವಿಗಳು, ಪಾರಿಸರಿಕ ಸಮೃದ್ಧಿಯು ದೇಶದ ವಿವಿಧ ಪರಿಸರ ವ್ಯವಸ್ಥೆಗಳಲ್ಲಿ ವ್ಯಕ್ತವಾಗಿದೆ. ಕೃಷ್ಣಾರಣ್ಯಗಳು, ಉಷ್ಣವಲಯದ ಕಾಡುಗಳು, ಮಂಗ್ರೋವ್ ಅರಣ್ಯಗಳು ಮತ್ತು ಅಲ್ಪೈನ್ ಪ್ರದೇಶಗಳು ಇಲ್ಲಿ ಫ್ಲೋರಾ ಮತ್ತು ಫೌನಾ ಅನ್ನು ಬೆಳಸುತ್ತವೆ.

ಸಾಮಾಜಿಕ ಮತ್ತು ಆರ್ಥಿಕ ವೈವಿಧ್ಯತೆ:

- **ಜಾತಿ ಮತ್ತು ಜನಾಂಗ:** ಭಾರತದಲ್ಲಿ ವೈವಿಧ್ಯಮಯ ಜಾತಿ, ಪಂಗಡ ಮತ್ತು ಜನಾಂಗಗಳ ಸಮ್ಮಿಶ್ರಣವಿದೆ. ಬೌದ್ಧಿಕ, ಸಾಮಾಜಿಕ, ಮತ್ತು ಆರ್ಥಿಕವಾಗಿ ವಿವಿಧ ಸಮುದಾಯಗಳು ತಮ್ಮದೇ ಆದ ವಿಶಿಷ್ಟ ಸ್ಥಾನವನ್ನು ಹೊಂದಿವೆ.

- **ಆರ್ಥಿಕ ಚಟುವಟಿಕೆಗಳು:** ಭಾರತದ ಆರ್ಥಿಕತೆಯು ಕೃಷಿ, ಕೈಗಾರಿಕೆ, ಸೇವಾ ವಲಯಗಳಲ್ಲಿ ವಿಭಜನೆಗೊಂಡಿದೆ. ಇಂತಹ ವೈವಿಧ್ಯಮಯ ಆರ್ಥಿಕ ಚಟುವಟಿಕೆಗಳು ಭಾರತೀಯ ಜನರ ಜೀವನ ಶೈಲಿಯಲ್ಲಿ ದೊಡ್ಡ ಪಾತ್ರವಹಿಸುತ್ತವೆ.

ಏಕತೆ:

- **ರಾಜಕೀಯ ಏಕತೆ:** ಭಾರತವು ಒಂದು ಪ್ರಜಾಪ್ರಭುತ್ವದ ಗಣರಾಜ್ಯವಾಗಿದ್ದು, ಸಂವಿಧಾನವು ದೇಶದ ಏಕತೆಯನ್ನು ಹಾಗೂ ಅಖಂಡತೆಯನ್ನು ದೃಢಪಡಿಸುತ್ತದೆ.

- **ಜಾತ್ಯಾತೀತತೆ:** ವಿವಿಧ ಧರ್ಮ, ಜಾತಿ, ಭಾಷೆಗಳ ಜನರು ಪರಸ್ಪರ ಗೌರವದಿಂದ ಬಾಳುತ್ತಾರೆ. ಜಾತ್ಯಾತೀತತೆಯೆಂಬ ತತ್ವವು ಭಾರತದ ಒಂದು ಮುಖ್ಯಪಾತ್ರವನ್ನು ವಹಿಸಿದೆ.

- **ರಾಷ್ಟ್ರೀಯ ಚಿಹ್ನೆಗಳು:** ತ್ರಿವರ್ಣ ಧ್ವಜ, ರಾಷ್ಟ್ರಗೀತೆ, ಮತ್ತು ರಾಷ್ಟ್ರಕವಿ ರವೀಂದ್ರನಾಥ ಠಾಗೂರ್ ರ "ಜನ ಗಣ ಮನ" ಹಾಡು ದೇಶದ ಏಕತೆಯನ್ನು ಪ್ರತಿಪಾದಿಸುತ್ತವೆ.

ಭಾರತದ ವೈವಿಧ್ಯತೆಯು ಅದರ ವೈಶಿಷ್ಟ್ಯ ಮಾತೆಯಾದರೂ, ಈ ವೈವಿಧ್ಯತೆಯಲ್ಲಿ ಏಕತೆ ಎಂಬ ಮಾತು ಭಾರತದ ಪರಂಪರೆಯಲ್ಲಿ ಆಳವಾಗಿ ಬೇರು ಬಿಟ್ಟಿದೆ.

ಭಾರತದ ಸಂವಿಧಾನವು 1950 ರ ಜನವರಿ 26 ರಂದು ಜಾರಿಗೆ ಬಂದಿತು. ಇದು ಭಾರತದ ಉನ್ನತ ಕಾನೂನು ಮತ್ತು ದೇಶದ ಆಡಳಿತ ವ್ಯವಸ್ಥೆಯನ್ನು ನಿಯಂತ್ರಿಸುತ್ತದೆ. ಸಂವಿಧಾನವು ದೇಶದ ಪ್ರಜಾಪ್ರಭುತ್ವ, ಧಾರ್ಮಿಕತೆಯಿಂದ ಮುಕ್ತತೆಯನ್ನು, ಸಾಮಾಜಿಕ ನ್ಯಾಯವನ್ನು ಮತ್ತು ಆರ್ಥಿಕ ಸಮಾನತೆಯನ್ನು ದೃಢಪಡಿಸುತ್ತದೆ.

3.ಭಾರತದ ಸಂವಿಧಾನದ ಮುಖ್ಯಾಂಶಗಳು:

1. ಪ್ರಸ್ತಾವನೆ:

- **ಸಾರಾಂಶ:** ಭಾರತವು ಪ್ರಜಾಪ್ರಭುತ್ವ, ಧಾರ್ಮಿಕತೆಯಿಂದ ಮುಕ್ತ, ಸಾಮಾಜಿಕ, ಆರ್ಥಿಕ, ರಾಜಕೀಯ ನ್ಯಾಯವನ್ನು, ಮಾತು ಮತ್ತು ಅಭಿವ್ಯಕ್ತಿ ಸ್ವಾತಂತ್ರ್ಯವನ್ನು, ಸಮಾನತೆಯನ್ನು ಮತ್ತು ಸಹೋದರತ್ವವನ್ನು ಸಾರಲು ಬದ್ಧವಾಗಿದೆ.

2. ಮೂಲ ಹಕ್ಕುಗಳು:

- **ಹಕ್ಕುಗಳು:** ಭಾರತದ ನಾಗರಿಕರಿಗೆ ಮೂಲ ಹಕ್ಕುಗಳಾದ ಸಮಾನತೆ, ಸ್ವಾತಂತ್ರ್ಯ, ಶೋಷಣೆಯಿಂದ ಮುಕ್ತತೆ, ಧಾರ್ಮಿಕ ಸ್ವಾತಂತ್ರ್ಯ, ಸಾಂಸ್ಕೃತಿಕ ಮತ್ತು ಶಿಕ್ಷಣ ಹಕ್ಕುಗಳು, ಸಂವಿಧಾನ ವಿರೋಧಿ ಚಟುವಟಿಕೆಗಳ ವಿರುದ್ಧ ಸಂರಕ್ಷಣೆಯನ್ನು ನೀಡಿದೆ.

3. ನಿರ್ದೇಶಕ ತತ್ವಗಳು:

- **ರಾಜ್ಯ ನೀತಿಗಳ ತತ್ವಗಳು:** ಸರ್ಕಾರವು ಸಾಮಾಜಿಕ ಮತ್ತು ಆರ್ಥಿಕ ನೆಲೆಗಳಲ್ಲಿ ಸಾಮಾನ್ಯ ಸೌಭಾಗ್ಯವನ್ನು ಮತ್ತು ಸಾಮಾಜಿಕ ನ್ಯಾಯವನ್ನು ಸಾಧಿಸಲು ಯಾವ ರೀತಿಯ ತಂತ್ರಗಳನ್ನು ಅನುಸರಿಸಬೇಕೆಂಬುದನ್ನು ಸೂಚಿಸುತ್ತದೆ.

4. ಕೇಂದ್ರ ಮತ್ತು ರಾಜ್ಯಗಳ ನಡುವಿನ ಸಮ್ಮಿಶ್ರ ಸ್ವರೂಪ:

- **ಸಂವಿಧಾನದ ಅಧ್ಯಾಯಗಳು:** ಕೇಂದ್ರ ಸರ್ಕಾರ ಮತ್ತು ರಾಜ್ಯ ಸರ್ಕಾರಗಳ ನಡುವಿನ ಅಧಿಕಾರದ ಹಂಚಿಕೆಯನ್ನು ವಿವರಿಸುತ್ತವೆ. ಕೇಂದ್ರ ಸರ್ಕಾರವು ರಾಷ್ಟ್ರದ ಒಗ್ಗಟ್ಟು ಮತ್ತು ಸುರಕ್ಷತೆಯನ್ನು ನೋಡಿಕೊಳ್ಳುವಂತೆಯೂ, ರಾಜ್ಯ ಸರ್ಕಾರಗಳು ಸ್ಥಳೀಯ ಆಡಳಿತ ಮತ್ತು ಅಭಿವೃದ್ಧಿಗೆ ಹೊಣೆ.

5. ಕಾರ್ಯಕಾರಿ ಶಾಖೆ:

- **ರಾಷ್ಟ್ರಪತಿ:** ಭಾರತದ ರಾಷ್ಟ್ರಪತಿಯು ದೇಶದ ಪ್ರಧಾನ ಕಾರ್ಯನಿರ್ವಾಹಕನು. ಪ್ರಧಾನಿ ಮತ್ತು ಸಚಿವ ಮಂಡಲಿಯು ರಾಷ್ಟ್ರಪತಿಗೆ ಸಹಾಯಕರಾಗಿ ಕಾರ್ಯನಿರ್ವಹಿಸುತ್ತವೆ.

6. ಸಂಸತ್ತು:

- **ದ್ವಿಸಭಾ ವಿಧಾನ ಮಂಡಲ:** ಭಾರತ ಸಂಸತ್ತು ರಾಜ್ಯಸಭೆ (ಉಪರಿಸಭೆ) ಮತ್ತು ಲೋಕಸಭೆ (ಪ್ರತಿನಿಧಿ ಸಭೆ) ಎಂದು ಎರಡು ಸಭೆಗಳನ್ನೊಳಗೊಂಡಿದೆ. ಸಂಸತ್ತಿನ ಮೂಲಕಾರ್ಯ ಕಾನೂನುಗಳನ್ನು ನಿರ್ಮಿಸಲು, ಬದಲಾಯಿಸಲು ಮತ್ತು ರದ್ದುಪಡಿಸಲು.

7. ನ್ಯಾಯಾಂಗ:

- **ಸರ್ವೋಚ್ಚ ನ್ಯಾಯಾಲಯ:** ಭಾರತದ ಸರ್ವೋಚ್ಚ ನ್ಯಾಯಾಲಯವು ದೇಶದ ಉನ್ನತ ನ್ಯಾಯಾಂಗ ಸಂಸ್ಥೆಯಾಗಿದೆ. ಇದು ಸಂವಿಧಾನವನ್ನು ವ್ಯಾಖ್ಯಾನಿಸುತ್ತದೆ ಮತ್ತು ನ್ಯಾಯವನ್ನು ವಹಿಸುತ್ತದೆ.

8. ತಿದ್ದುಪಡಿ ಪ್ರಕ್ರಿಯೆ:

- **ಸಂವಿಧಾನದ ತಿದ್ದುಪಡಿ:** ಸಂವಿಧಾನವು ಬದಲಾವಣೆಗಳಿಗೆ ಒಳಪಟ್ಟಿರಬಹುದು. ಸಂಸತ್ತಿನಲ್ಲಿ ವಿಶೇಷ ಬಹುಮತದಿಂದ ಮತ್ತು ಕೆಲವು ಸಂದರ್ಭಗಳಲ್ಲಿ ರಾಜ್ಯ ವಿಧಾನಸಭೆಗಳ ಅನುಮೋದನೆಯಿಂದ ತಿದ್ದುಪಡಿ ಮಾಡಬಹುದು.

9. ತುರ್ತು ಅವಕಾಶಗಳು:

- **ತುರ್ತು ಪರಿಸ್ಥಿತಿಗಳು:** ರಾಷ್ಟ್ರಪತಿ ದೇಶದ ಭದ್ರತೆ, ಆರ್ಥಿಕ
  ಸ್ಥಿರತೆ ಅಥವಾ ಆಂತರಿಕ ಅವ್ಯವಸ್ಥೆಗಳಿಗೆ ಸಂಬಂಧಿಸಿದ ತುರ್ತು
  ಪರಿಸ್ಥಿತಿಗಳನ್ನು ಘೋಷಿಸಬಹುದು.

10. ಆಡಳಿತೀಕ ಭಾಷೆಗಳು:

- **ಭಾಷಾ ನೀತಿ:** ಸಂವಿಧಾನವು ಹಿಂದುಸ್ಥಾನಿಯನ್ನು ಅಧಿಕೃತ
  ಭಾಷೆಯನ್ನಾಗಿ ಘೋಷಿಸಿದೆ. 22 ಭಾಷೆಗಳು 8ನೇ
  ಅನುಸೂಚೆಯಲ್ಲಿವೆ.

ಭಾರತದ ಸಂವಿಧಾನವು ಜಗತ್ತಿನ ಅತ್ಯಂತ ವಿಸ್ತೃತವಾದ ಸಂವಿಧಾನಗಳಲ್ಲಿ
ಒಂದಾಗಿದೆ. ಇದು ಭಾರತೀಯರ ಸಮಾನತೆಯು, ನ್ಯಾಯವು ಮತ್ತು
ಸ್ವಾತಂತ್ರ್ಯವನ್ನು ಹುರಿಯುವಲ್ಲಿ ಮಹತ್ವದ ಪಾತ್ರ ವಹಿಸುತ್ತದೆ.

4.ಅಭಿರುದ್ದಿಯ ಕಡೆ ಭಾರತ ?

ನಮ್ಮ ದೇಶ ಸ್ವಾತಂತ್ರ್ಯ ಪಡೆದು ೮೫ ವರುಷ ಗಳಾದರೂ
ನಮಗೆ ಇಂದು ಸ್ವಾತಂತ್ರದ ಫಲ ದೊರೆತಿಲ್ಲ .

ನಮ್ಮಲ್ಲಿ ಅತಿ ಹೆಚ್ಚು ಯುವಕರಿದ್ದರೂ ನಮ್ಮ ದೇಶ ಇನ್ನು
ಅಭಿರುದ್ದಿಯ ಹೊಂದಿಲ್ಲ , ಏಕೆಂದರೆ ಎಲ್ಲರಿಗೂ ದುಡ್ಡು ಮಾಡಬೇಕೆಂದು ಆಸೆಯೇ
ಹೊರತು ದೇಶ ಉದ್ದಾರ ಮಾಡಬೇಕೆಂದು ಆಸೆ ಇಲ್ಲ , ಯುವಕರಿಗೆ ಸರಕಾರಿ ಹುದ್ದೆ
ಸಿಗಬೇಕೆನ್ನು ಆಸೆಯೇ ಹೊರತು ಅವರ ಯೋಚನೆಯನ್ನು ಇನ್ನೋದರಲ್ಲಿ
ಹೂಡಬೇಕೆಂದು ಆಸೆಯಿಲ್ಲ , ನಮ್ಮಲಿ ಎಷ್ಟು ಜನರಿಗೆ ನಾನು ನನ್ನ ಗುರಿಯನ್ನು
ಸಾಧಿಸಬೇಕೆಂದು ಇಷ್ಟ ಇದ್ದರೆ ನೀವೇ ಸ್ವಾಭಿಮಾನಾಯಿಂದ ಸ್ವಯಂ ಉದ್ಯೋಗ
ಮಾಡಿ ಅದರಿಂದ ಬೆಳೆಯಿರಿ . ಯಾರಿಗೂ ನಿಮ್ಮ ಜೀವನ ವನ್ನು ನಿರ್ಧರಿಸುವ ಅವಕಾಶ
ಕೊಡಬೇಡಿ ನಿಮ್ಮ ಜೀವನವನ್ನು ನೀವೇ ಆಯ್ಕಿಮಾಡಿ ಇದೆ ನಿಮಗೆ ಎಲ್ಲಕಿಂತ
ತೃಪ್ತಿಯನ್ನು ಕೊಡುತದ್ದೇ.

ಯಾವಾಗಲೂ ನಿಮ್ಮ ಆಲೋಚನೆಯನ್ನು ಬಲಪಡಿಸಿಕೊಂಡು ಎದುರಾಗುವ ಕಷ್ಟವನ್ನು
ಭಲದಿಂದ
ಎದುರಿಸಿ ಆಗಲೇ ನಿಮಗೆ ನಿಮ್ಮವರಿಗೆ ನಿಮ್ಮಮೆಲೆ ವಿಶ್ವಾಸ ಬರುತ್ತದೆ.

ಅಮೇರಿಕಾ ಅಭಿರುದ್ದಿಯ ದೇಶ ,ಯಾಕೆಂದರೆ ಅಲ್ಲಿ ಎಲ್ಲಾಯುವಕರು ಸ್ವಯಂ
ಉದ್ಯೋಗ ವನ್ನು ಮಾಡುತ್ತಾರೆ. ಈನಿಟ್ಟಲ್ಲಿ ಅಲ್ಲಿಯ ದೇಶವು ಅವರಿಗೆ ಸಾಲ ವನ್ನು
ಕೊಡುತ್ತದೆ, ಯಾವಾಗ ನಾವು ನಮ್ಮ ಗುರಿಯನ್ನು ಬಲ ಪಡಿಸಿ ಮುನ್ನುಗುತೀವೋಂದೆ
ನಮಗೆ ದಾರಿಯು ಸಿಗುತ್ತದೆ.

ನಮ್ಮ ದೇಶದಲ್ಲಿ ಮತ , ಧರ್ಮ ಎಂದು ಜಗಳ ವಾಡದೆ

ನಮ್ಮ ದೇಶ ಘೊಂದೇ ಎಂದು ಭಾವಿಸಿ ಎಲ್ಲರು ಸ್ವಯಂ ಉದ್ಯೋಗಕಾಗಿ , ಚಳುವಳಿ ಯನ್ನು ಪ್ರಾರಂಭಿಸಬೇಕು ಅಂದೇ ನಮಗೆ ಸ್ವಾತಂತ್ರ್ಯಸಿಕ್ಕನ್ತೆ .

ನೀವು ನಿಜವಾಗಿಯೂ ಬೆಳೆಯಬೇಕೆಂದರೆ ಮೊದಲು ನೀವು ನಿಮ್ಮ ಹಣ ವನ್ನು ಹೂಡಿಕೆಯನ್ನ ಮಾಡಿ,ಅನವಶ್ಯಕವಾಗಿ ಖರ್ಚು ಮಡುವುದರಿನ್ದ ನಿಮ್ಮ ಹಣ್ಣ ಹಾಳಾಗುತ್ತದೆ, ನಿಮ್ಮ ಆದಾಯದಲ್ಲಿ ಸ್ವಲ್ಪ ಹಣ ವನ್ನು ಶೇರ್ ಮಾರ್ಕೆಟ್ ಮತ್ತು ಮ್ಯೂಚುಯಲ್ ಫಂಡ್ ದಲ್ಲಿ ಹೂಡಿಕೇಮಾಡಿ ಮತ್ತು ಅದನ್ನು ನಿಮ್ಮ ರುದ್ಧವಯಸಿನಲ್ಲಿ ಅನುಭವಿಸಿರಿ.

ಬಲಿಷ್ಠ ನಾಯಕನನ್ನು ರಾಜಕೀಯದಲ್ಲಿ ಗೆಲ್ಲಿಸಿರಿ :

ನಮಗೆ ಚುನಾವಣೆ ಯಲ್ಲಿ ಹಲವು ಆಮಿಶಗಳನ್ನು ನೀಡಿ
ನಮ್ಮಹತಿರ ಮತವನ್ನು ತೆಗೆದುಕೊಳ್ಳುವ ಈ ರಾಜಕಾರಣಿಗಳು , ಗೆದ್ದನನ್ತರ ದುಡ್ಡು ಮಾಡಿಕೊಳ್ಳುವ
ಯಂತ್ರರಗಿರುತಕರೆ.
ಈ ಆಮಿಕ್ಷ ಘೊಳಗಾಗದೆ ನಾವು ಒಬ್ಬ ನಿಸ್ವಾರ್ಥ ನಾಯಕನನ್ನು ಗೆಲ್ಲಿಸಬೇಕು , ಒಂದು ದೇಶಕಾಗಿ ದುಡಿಯುವ ವ್ಯಕ್ತಿಯನ್ನು ಗೆಲ್ಲಿಸಬೇಕು ಆಗಲೇ ನಮ್ಮೂ ದೇಶ ಬೆಳೆಯುತ್ತದೆ.

ರಾಜಕೀಯದಲ್ಲಿ ಶಿಕ್ಷಣ:

ನಮ್ಮ ದೇಶದ್ಲಲಿ ಇಲ್ಲ ಉದ್ಯೋಗಕ್ಕೂ ಶಿಕ್ಷಣ ವನ್ನು ಕೇಳುತ್ತಾರೆ ಆದರೆ ರಾಜಕೀಯ ದಲ್ಲಿ ಈ ಅಂಶ ಒಳಗಾಗುವುದಿಲ್ಲ ,ಇದೊಂದು ದೊಡ್ಡ ಸಮತ್ಸ್ಯಯಗುತದ್ದೆ. ಇದರಿಂದ ನಮ್ಮದೇಶದಲ್ಲಿ ವಿಕಾಸವು ನಶಿಸುತ್ತದೆ.

ರಾಜಕೀಯದಲ್ಲಿ ಸ್ಪರ್ಧಾತ್ಮಕ ಪರೀಕ್ಷೆ ಇರಬೇಕು ಹಾಗೂ ಪದವೀಧರರು ಮಾತ್ರ ಈ ಪರೀಕ್ಷೆಯನ್ನು ತೆಗೆದುಕೊಳ್ಳುವ ಅವಕಾಶ ಕಾಡಬೇಕು .

ದೇಶ ಭಕ್ತಿಯ ರಾಜಕಾರಣಿ ಯಾಗಿರಬೇಕು:

ನಿಮ್ಮ ಮನೆಯಲ್ಲಿ ಕಳ್ಳನು ದರೋಡೆ ಮಾಡಿದರೆ ನೀವು ಏನು ಮಾಡುತ್ತಿರಿ , ಅವನಿಗೆ ಹೊಡೆದು ಪೊಲೀಸರಿಗೆ ಒಪ್ಪಿಸುತಿರಲವ್ವೆ, ಹಾಗೆಯೆ ನಮ್ಮ ದೇಶದಲ್ಲಿ ರಾಜಕಾರಣಿಯರು ಹಗರಣ ಮಾಡಿದರೆ ಅವರಿಗೂ ಹೀಗೆಯೇ ಶಿಕ್ಷಿಸಬೇಕು .

ನಮ್ಮ ದೇಶದಲ್ಲಿ ಹುಟ್ಟಿದ ಎಲ್ಲ ನಾಗರಿಕರಿಕರಿಗೆ ಮೊದಲು ದೇಶಾಭಿಮಾನ ಇರಬೇಕು , ಆಗ ಮಾತ್ರ ನಮ್ಮ ದೇಶ ಬೆಳೆಯುತ್ತದೆ.

ಮಧ್ಯಮ ವರ್ಗದ ಜನರಿಗೆ ಸಹಾಯದ ಸರ್ಕಾರ ಆಗಬೇಕು:

ನಮ್ಮದೇಶದಲ್ಲಿ ಅತಿಹೆಚ್ಚು ಮಧ್ಯಮ ವರ್ಗದ ಜನರಿದ್ದಾರೆ, ಅವರಿಗೆ ಸಿಗುವ ಸವಲತ್ತುಗಳು ಕಡಿಮೆಬೆಲೆಯಲ್ಲಿ ಸಿಗಬೇಕು ಆಗಮಾತ್ರ, ನಮ್ಮಲಿ ಸಮಾನತೆ ಬರುತ್ತದೆ.

ಕಾರ್ಯಾರೂಪದ ದೇಶವಾಗಬೇಕು :

ನಮ್ಮ ದೇಶ ದಲ್ಲಿ ಅತಿಹೆಚ್ಚು ಯೋಜನೆ ಮಾಡುವವರಿದ್ದಾರೆ, ಆದರೆ ಅದನ್ನು ಕಾರ್ಯಾರೂಪಕ್ಕೆತರುವವಯಾರೂಇಲ್ಲ. ನಮ್ಮದೇಶದಿಂದ ಬುದ್ದಿವಂತರು ಹೊರದೇಶಕ್ಕೆ ಹೋಗಿ ಅಲ್ಲಿ ಕೆಲಸ ಮಾಡುತ್ತಿದ್ದಾರೆ ಇದರಿಂದ ನ್ಯಮ್ಮದೇಶ ಸ್ವಾವಲಂಬಿಯಗುವುದು ಕನಸಾಗಿಯೇ ಉಳಿಯುತ್ತದೆ.

ನಾವು ಕಟ್ಟುವ ಕಂದಾಯ ಸರಿಯಾಗಿ ಉಪಯೋಗ ಮಾಡಿಕೊಳ್ಳಬೇಕು ಅದನ್ನು ಸರ್ಕಾರ ಸರಿಯಾಗೇ ಕ್ರೂಡೀಕರಿಸಬೇಕು, ಹಾಗೂ ಅದನ್ನು ಬಳಸಬೇಕು ಜನರಿಗೆ ಅದನ್ನು ಅನುಭವಿಸುವ ಅವಕಾಶ ಸಿಗಬೇಕು.

ವಿಕಾಸದ ಹಾದಿಯಲ್ಲಿರಬೇಕು ನಮ್ಮ ನಿಲುವು :

ನಮ್ಮ ದೇಶದ ಜಿಡಿಪಿ ಯನ್ನ ನಾವುಸರಿಯಾಗಿ ಬಳಸಿಕೊಳ್ಳಬೇಕು, ನಮ್ಮದೇಶ ದಲ್ಲಿ ಅತಿಹೆಚ್ಚು ಕೃಷಿಕರಿದ್ಧದರೆ, ಅವರಿಗೆ ಸರಿಯಾದ ಸವಲತ್ತನ್ನು ಕಲ್ಪಿಸಬೇಕು ಅವರ ಕಷ್ಟವನ್ನು ತೀರಿಸಬೇಕು ಆಗಮಾತ್ರ ನಮಗೆ ಸರಿಯಾಗಿ ಆಹಾರ ಸಿಗುತದ್ದೇ. ಹಾಗೂ ರೈತರಿಗೆ ನೇರವಾಗಿ ಗ್ರಾಹಕರಿಗೆ ಮಾರುವ ಅವಕಾಶವನ್ನು ಕಲ್ಪಿಸಬೇಕು. ಸರ್ಕಾರವೇ

ರೈತರ ಕೃಷಿಗೆ ತಕ್ಕ ಬೆಲೆಯನ್ನ ನೀಡಬೇಕು, ಅದಕ್ಕಾಗಿಯೇ ಪ್ರತ್ಯೇಕ ಸಮಿತಿಯನ್ನೂರಚಿಸಬೇಕು.

ನಮ್ಮದೇಶದ ಕನಿಜ ಸಂಪತನ್ನು ಹೆಚ್ಚಿಸಬೇಕು ನಮ್ಮಲಿ ಕನಿಜ ನಕ್ಷೆಯನ್ನು ಗುರುತಿಸಬೇಕು ಅದರಿಂದ ಹೊಸ ಕ್ರಾಂತಿಯನ್ನು ಸೃಷ್ಟಿಸಬೇಕು, ಆಗಮತ್ರ ನಮ್ಮದೇಶ ವಿಕಾಸವಾಗುತದ್ದೇ.

ನಮ್ಮ ದೇಶದಲ್ಲಿ ಹೆಚ್ಚು ರಫ್ತನ್ನು ಹೆಚ್ಚಿಸಬೇಕು ಆಗಮಾತ್ರ ನಮ್ಮದೇಶದಲ್ಲಿ ವಿಕಾಸವಾಗುತ್ತದೆ.

ರಸ್ತೆ ಕಾಮಗಾರಿಯನ್ನು ಹೆಚ್ಚೆಚ್ಚು ಮಾಡಬೇಕು ಹಳ್ಳಿಯ ಜನರು ನಗರಕ್ಕೆ ಬರುವಂತಾಗಿ ಅವರಿಗೆ ಸರಿಯಾಗಿ ಸವಲತನ್ನು ಕಲ್ಪಿಸುವಂತಾಗಬೇಕು , ಗುಣಮಟ್ಟದ ಕಾಮಗಾರಿಯಗಬೇಕು, ಎಲ್ಲ ಕಾಮಗಾರಿಗೂ ಅದರದ್ದೇಯಾದ ಕನಿಸ್ಟ ೧೦ ವರ್ಷದ ವಿಶ್ವಾಸ ಕೊಡಬೆಕು.

ಉದ್ಯೋಗದ ವಿಶ್ವಾಸ :

ಪದವೀಧರಾದ ಎಲ್ಲ ವಕ್ತಿಗಳಿಗೂ ಖಾಯಂ ಕೆಲಸ ಸಿಗುವಂತಾಗಬೇಕು, ಇದು ಎಲ್ಲ ಕಂಪನಿಯು ಅನುಸರಿಸಬೇಕು. ಎಲ್ಲ ಉದ್ಯೋಗಿಗಳಿಗೂ ಕೌಶಲ್ಯ ತರಗತಿಗಲನ್ನು ಕೊಡಬೇಕು ಅವರಿಗೆ ಸರಿಹೊಂದುವ ಕೆಲಸವನ್ನು ನೀಡಬೇಕು.

ನೆರೆ ದೇಶಗಳ ರಾಜಿ ಸಂದನ:

ನಮ್ಮ ದೇಶದಲ್ಲಿ ಧರ್ಮಗಳ ಮದ್ಯ ವೈಶಮ್ಯ ದಿನದಿಂದ ಬೆಳೆಯುತಿದೆ ಇವನ್ನು ತೆಗೆವುದಕ್ಕೆ ನಮ್ಮ ಪೂರ್ವಜರು ಮಾಡಿದ ಅವಾಂತರಗಳು ನಾನು ಬಗೆಹರಿಸಬೇಕಾದ ಕರ್ತವ್ಯವಿದೆ .. ಅದಕ್ಕಾಗಿ ನಾವು ಭೋಗತ್ತಿನ ದಿನ ಆಚರಿಸಬೇಕು ಇದ್ದಕ್ಕೆ ಎಲ್ಲ ಧರ್ಮಗಳು ಸೇರಿ ನಮ್ಮ ದೇಶವನ್ನು ಕಾಪಾಡುವ ಕರ್ತವ್ಯ ನಮ್ಮ ಹಕ್ಕಾಗಿದೆ..

ಪಾಕಿಸ್ತಾನ ದೇಶವನ್ನು ನಮ್ಮದೇಶಕ್ಕೆ ಸೇರಬೇಕಾಗಿದೆ :

ಪಾಕಿಸ್ತಾನದೊಂದಿಗಿನ ಅಖಂಡ ಭಾರತದ ಕಲ್ಪನೆಯು ಹೆಚ್ಚು ಸಂಕೀರ್ಣವಾಗಿದೆ ಮತ್ತು ಹಲವಾರು ಐತಿಹಾಸಿಕ, ರಾಜಕೀಯ, ಸಾಂಸ್ಕೃತಿಕ ಮತ್ತು ಸಾಮಾಜಿಕ ಅಂಶಗಳನ್ನು ಒಳಗೊಂಡಿದೆ. ಈ ಪರಿಕಲ್ಪನೆಯ ವಿವರವಾದ ಪರಿಶೋಧನೆ ಇಲ್ಲಿದೆ:

ಐತಿಹಾಸಿಕ ಸಂದರ್ಭ

- **1947 ರ ವಿಭಜನೆ**: ಬ್ರಿಟಿಷ್ ವಸಾಹತುಶಾಹಿ ಆಳ್ವಿಕೆಯ ಅಂತ್ಯದ ನಂತರ 1947 ರಲ್ಲಿ ಭಾರತ ಮತ್ತು ಪಾಕಿಸ್ತಾನವನ್ನು ಪ್ರತ್ಯೇಕ ರಾಷ್ಟ್ರಗಳಾಗಿ ರಚಿಸಲಾಯಿತು. ಈ ವಿಭಜನೆಯು ಧಾರ್ಮಿಕ ರೇಖೆಗಳನ್ನು ಆಧರಿಸಿದೆ, ಭಾರತವು ಪ್ರಧಾನವಾಗಿ ಹಿಂದೂ ಮತ್ತು ಪಾಕಿಸ್ತಾನವು ಪ್ರಧಾನವಾಗಿ ಮುಸ್ಲಿಂ. ವಿಭಜನೆಯು ಗಮನಾರ್ಹ ಹಿಂಸಾಚಾರ ಮತ್ತು ಸ್ಥಳಾಂತರಕ್ಕೆ ಕಾರಣವಾಯಿತು.

- **ನಂತರದ ಸಂಘರ್ಷಗಳು**: ವಿಭಜನೆಯ ನಂತರ, ಭಾರತ ಮತ್ತು ಪಾಕಿಸ್ತಾನವು 1947, 1965, 1971 ರ ಯುದ್ಧಗಳು ಮತ್ತು 1999 ರಲ್ಲಿ ಕಾರ್ಗಿಲ್ ಸಂಘರ್ಷ ಸೇರಿದಂತೆ ಹಲವಾರು ಸಂಘರ್ಷಗಳನ್ನು ಹೊಂದಿದೆ. ಕಾಶ್ಮೀರ ವಿವಾದವು ಉದ್ವಿಗ್ನತೆಯ ಪ್ರಮುಖ ಮೂಲವಾಗಿ ಉಳಿದಿದೆ.

ರಾಜಕೀಯ ಡೈನಾಮಿಕ್ಸ್

- **ಸಾರ್ವಭೌಮತ್ವ**: ಎರಡೂ ರಾಷ್ಟ್ರಗಳು ತಮ್ಮದೇ ಆದ ರಾಜಕೀಯ ವ್ಯವಸ್ಥೆಗಳು, ಆಡಳಿತ ರಚನೆಗಳು ಮತ್ತು ರಾಷ್ಟ್ರೀಯ ಗುರುತುಗಳೊಂದಿಗೆ ಸಾರ್ವಭೌಮ ರಾಜ್ಯಗಳಾಗಿವೆ.

- **ರಾಷ್ಟ್ರೀಯತೆ**: ಬಲವಾದ ರಾಷ್ಟ್ರೀಯತಾವಾದಿ ಭಾವನೆಗಳು ಎರಡೂ ದೇಶಗಳಲ್ಲಿ ಅಸ್ತಿತ್ವದಲ್ಲಿವೆ, ಆಗಾಗ್ಗೆ ಅವುಗಳ ವಿಶಿಷ್ಟ ಗುರುತುಗಳು ಮತ್ತು ಐತಿಹಾಸಿಕ ನಿರೂಪಣೆಗಳ ಮೇಲೆ ಕೇಂದ್ರೀಕೃತವಾಗಿರುತ್ತವೆ.

- **ರಾಜತಾಂತ್ರಿಕ ಸಂಬಂಧಗಳು**: ಭಾರತ ಮತ್ತು ಪಾಕಿಸ್ತಾನದ ನಡುವಿನ ಸಂಬಂಧಗಳು ಉದ್ವಿಗ್ನತೆಯ ಅವಧಿಗಳು ಮತ್ತು ಶಾಂತಿ ಮತ್ತು ಸಾಮರಸ್ಯದ ಪ್ರಯತ್ನಗಳಿಂದ ನಿರೂಪಿಸಲ್ಪಟ್ಟಿದೆ. ಲಾಹೋರ್ ಶೃಂಗಸಭೆ (1999) ಮತ್ತು ಆಗ್ರಾ ಶೃಂಗಸಭೆ (2001) ನಂತಹ ಪ್ರಯತ್ನಗಳು ಸಂಬಂಧಗಳನ್ನು ಸುಧಾರಿಸುವ ಗುರಿಯನ್ನು ಹೊಂದಿದ್ದವು, ಆದರೂ ಪ್ರಗತಿಯು ಆಗಾಗ್ಗೆ ಸೀಮಿತವಾಗಿದೆ.

ಸಾಂಸ್ಕೃತಿಕ ಮತ್ತು ಸಾಮಾಜಿಕ ಅಂಶಗಳು

- **ಹಂಚಿದಲು ಪರಂಪರೆ**: ರಾಜಕೀಯ ಪ್ರತ್ಯೇಕತೆಯ ಹೊರತಾಗಿಯೂ, ಭಾರತ ಮತ್ತು ಪಾಕಿಸ್ತಾನ ಆಳವಾದ ಸಾಂಸ್ಕೃತಿಕ, ಐತಿಹಾಸಿಕ ಮತ್ತು ಭಾಷಾ ಸಂಬಂಧಗಳನ್ನು ಹಂಚಿಕೊಳ್ಳುತ್ತವೆ. ಹಂಚಿದ ಸಂಪ್ರದಾಯಗಳು, ಪಾಕಪದ್ಧತಿಗಳು ಮತ್ತು ಕಲಾತ್ಮಕ ಅಭಿವ್ಯಕ್ತಿಗಳು ಅವರ ಸಾಮಾನ್ಯ ಪರಂಪರೆಯನ್ನು ಪ್ರತಿಬಿಂಬಿಸುತ್ತವೆ.

- **ಧಾರ್ಮಿಕ ವ್ಯತ್ಯಾಸಗಳು**: ಧಾರ್ಮಿಕ ಭಿನ್ನಾಭಿಪ್ರಾಯಗಳು, ವಿಶೇಷವಾಗಿ ಹಿಂದೂಗಳು ಮತ್ತು ಮುಸ್ಲಿಮರ ನಡುವಿನ ವಿಭಜನೆ ಮತ್ತು ನಂತರದ ಸಂಬಂಧಗಳಲ್ಲಿ ಪ್ರಮುಖ ಅಂಶವಾಗಿದೆ.

ಪ್ರಾಯೋಗಿಕ ಪರಿಗಣನೆಗಳು

- **ಆಡಳಿತ**: ಎರಡು ಸಾರ್ವಭೌಮ ರಾಜ್ಯಗಳ ರಾಜಕೀಯ ಮತ್ತು ಆಡಳಿತ ವ್ಯವಸ್ಥೆಗಳನ್ನು ಸಂಯೋಜಿಸುವುದು ಅಸಾಧಾರಣವಾಗಿ ಸಂಕೀರ್ಣವಾಗಿರುತ್ತದೆ.

- **ಅರ್ಥಶಾಸ್ತ್ರ**: ಎರಡೂ ದೇಶಗಳು ವಿಭಿನ್ನ ಆರ್ಥಿಕ ನೀತಿಗಳು ಮತ್ತು ವ್ಯವಸ್ಥೆಗಳನ್ನು ಹೊಂದಿದ್ದು, ಅವುಗಳಿಗೆ ಗಮನಾರ್ಹ ಹೊಂದಾಣಿಕೆಗಳ ಅಗತ್ಯವಿರುತ್ತದೆ.

- **ಭದ್ರತೆ**: ವಿಶೇಷವಾಗಿ ಪರಮಾಣು ಶಸ್ತ್ರಾಗಾರಗಳು ಮತ್ತು ಭಯೋತ್ಪಾದನೆಗೆ ಸಂಬಂಧಿಸಿದಂತೆ ಭದ್ರತೆಯ ಕಾಳಜಿಗಳನ್ನು ವಿಶ್ವಾಸ-ನಿರ್ಮಾಣ ಮತ್ತು ಪರಿಹರಿಸುವುದು ನಿರ್ಣಾಯಕವಾಗಿದೆ.

ಸಾರ್ವಜನಿಕ ಅಭಿಪ್ರಾಯ

- **ಮಿಶ್ರ ವೀಕ್ಷಣೆಗಳು**: ಏಕೀಕರಣದ ಬಗ್ಗೆ ಸಾರ್ವಜನಿಕ ಅಭಿಪ್ರಾಯವು ವ್ಯಾಪಕವಾಗಿ ಬದಲಾಗುತ್ತದೆ. ಕೆಲವು ಬಲವಾದ ಸಂಬಂಧಗಳು ಮತ್ತು ಹೆಚ್ಚಿನ ಸಹಕಾರಕ್ಕಾಗಿ ಪ್ರತಿಪಾದಿಸಿದರೆ, ಇತರರು ಐತಿಹಾಸಿಕ ಕುಂದುಕೊರತೆಗಳು ಮತ್ತು ಪ್ರಸ್ತುತ ಹಗೆತನಗಳ ಕಾರಣದಿಂದಾಗಿ ತೀವ್ರವಾಗಿ ವಿರೋಧಿಸುತ್ತಾರೆ.

ಸಹಕಾರದ ಕಡೆಗೆ ಹೆಜ್ಜೆಗಳು

- **ವಿಶ್ವಾಸಾರ್ಹ-ನಿರ್ಮಾಣ ಕ್ರಮಗಳು**: ವ್ಯಾಪಾರ ಒಪ್ಪಂದಗಳು, ಸಾಂಸ್ಕೃತಿಕ ವಿನಿಮಯಗಳು ಮತ್ತು ಜನರ-ಜನರ ಸಂಪರ್ಕಗಳಂತಹ ಉಪಕ್ರಮಗಳು ನಂಬಿಕೆಯನ್ನು ಬೆಳೆಸಲು ಸಹಾಯ ಮಾಡುತ್ತದೆ.

- **ಸಂಘರ್ಷ ಪರಿಹಾರ**: ಕಾಶ್ಮೀರ ವಿವಾದದಂತಹ ವಿವಾದಾತ್ಮಕ ಸಮಸ್ಯೆಗಳನ್ನು ಮಾತುಕತೆ ಮತ್ತು ಸಂಧಾನದ ಮೂಲಕ ಪರಿಹರಿಸುವುದು.

- **ಪ್ರಾದೇಶಿಕ ಸಹಕಾರ**: ಸಹಯೋಗವನ್ನು ಬೆಳೆಸಲು SAARC (ದಕ್ಷಿಣ ಏಷ್ಯಾದ ಪ್ರಾದೇಶಿಕ ಸಹಕಾರ ಸಂಘ) ನಂತಹ ಪ್ರಾದೇಶಿಕ ಸಂಸ್ಥೆಗಳಲ್ಲಿ ಭಾಗವಹಿಸುವಿಕೆ.

ಸವಾಲುಗಳು

- **ಐತಿಹಾಸಿಕ ಕುಂದುಕೊರತೆಗಳು**: ಆಳವಾದ ಐತಿಹಾಸಿಕ ಕುಂದುಕೊರತೆಗಳು ಮತ್ತು ಪರಸ್ಪರ ಅಪನಂಬಿಕೆಯನ್ನು ನಿವಾರಿಸುವುದು.

- **ರಾಜಕೀಯ ಇಚ್ಛೆ**: ಬಲವಾದ ರಾಜಕೀಯ ಇಚ್ಛಾಶಕ್ತಿ ಮತ್ತು ಶಾಂತಿ ಮತ್ತು ಸಹಕಾರಕ್ಕೆ ಬದ್ಧವಾಗಿರುವ ನಾಯಕತ್ವದ ಅಗತ್ಯವಿದೆ.

- **ಉಗ್ರವಾದ**: ಎರಡು ರಾಷ್ಟ್ರಗಳ ನಡುವಿನ ಹಗೆತನದ ಮೇಲೆ ಅಭಿವೃದ್ಧಿ ಹೊಂದುತ್ತಿರುವ ಉಗ್ರಗಾಮಿ ಅಂಶಗಳನ್ನು ಪರಿಹರಿಸುವುದು ಮತ್ತು ನಿಗ್ರಹಿಸುವುದು.

ಸೈದ್ಧಾಂತಿಕ ಪ್ರಯೋಜನಗಳು

- **ಆರ್ಥಿಕ ಬೆಳವಣಿಗೆ**: ಏಕೀಕೃತ ಅಥವಾ ನಿಕಟ ಸಹಕಾರಿ ಆರ್ಥಿಕ ನೀತಿಗಳು ಪ್ರಾದೇಶಿಕ ವ್ಯಾಪಾರ ಮತ್ತು ಅಭಿವೃದ್ಧಿಯನ್ನು ಸಮರ್ಥವಾಗಿ ಹೆಚ್ಚಿಸಬಹುದು.

- **ಸಾಂಸ್ಕೃತಿಕ ಪುಷ್ಟೀಕರಣ**: ಹೆಚ್ಚಿನ ಸಾಂಸ್ಕೃತಿಕ ವಿನಿಮಯ ಮತ್ತು ತಿಳುವಳಿಕೆಯು ಎರಡೂ ಕಡೆಯ ಸಮಾಜಗಳನ್ನು ಉತ್ಕೃಷ್ಟಗೊಳಿಸುತ್ತದೆ.

- **ಭೂರಾಜಕೀಯ ಶಕ್ತಿ**: ಏಕೀಕೃತ ಅಥವಾ ನಿಕಟ ಮಿತ್ರ ಭಾರತ ಮತ್ತು ಪಾಕಿಸ್ತಾನವು ಏಷ್ಯಾದಲ್ಲಿ ಪ್ರಬಲವಾದ ಭೌಗೋಳಿಕ ರಾಜಕೀಯ ಘಟಕವಾಗಬಹುದು.

ಅಖಂಡ ಭಾರತ ಮತ್ತು ಪಾಕಿಸ್ತಾನದ ಪರಿಕಲ್ಪನೆಯು ಹೆಚ್ಚು ಸೂಕ್ಷ್ಮ ಮತ್ತು ಊಹಾತ್ಮಕ ವಿಷಯವಾಗಿ ಉಳಿದಿದೆ, ಇದು ಅಂಶಗಳ ಸಂಕೀರ್ಣ ಜಾಲದಿಂದ ಪ್ರಭಾವಿತವಾಗಿದೆ. ನಿರೀಕ್ಷಿತ ಭವಿಷ್ಯದಲ್ಲಿ ಸಂಪೂರ್ಣ ರಾಜಕೀಯ ಏಕೀಕರಣವು ಅಸಂಭವವೆಂದು ತೋರುತ್ತದೆಯಾದರೂ, ಹೆಚ್ಚಿದ ಸಹಕಾರ ಮತ್ತು ಸುಧಾರಿತ ಸಂಬಂಧಗಳು ಎರಡೂ ದೇಶಗಳಿಗೆ ಗಮನಾರ್ಹ ಪ್ರಯೋಜನಗಳಿಗೆ ಕಾರಣವಾಗಬಹುದು.

ಇತ್ತೀಚಿನ ದಶಕಗಳಲ್ಲಿ ಭಾರತವು ಅಭಿವೃದ್ಧಿಯ ವಿವಿಧ ಕ್ಷೇತ್ರಗಳಲ್ಲಿ ಗಮನಾರ್ಹ ಪ್ರಗತಿಯನ್ನು ಸಾಧಿಸಿದೆ. ಪ್ರಗತಿಯ ಕೆಲವು ಪ್ರಮುಖ ಕ್ಷೇತ್ರಗಳು ಇಲ್ಲಿವೆ:

ಆರ್ಥಿಕ ಬೆಳವಣಿಗೆ

- **GDP ಬೆಳವಣಿಗೆ**: ಭಾರತವು ಸತತವಾಗಿ ಹೆಚ್ಚಿನ GDP ಬೆಳವಣಿಗೆ ದರವನ್ನು ಕಾಯ್ದುಕೊಂಡಿದೆ, ಇದು ವಿಶ್ವದ ಅತ್ಯಂತ ವೇಗವಾಗಿ ಬೆಳೆಯುತ್ತಿರುವ ಪ್ರಮುಖ ಆರ್ಥಿಕತೆಗಳಲ್ಲಿ ಒಂದಾಗಿದೆ.

- **ಕೈಗಾರಿಕೀಕರಣ**: ಮಾಹಿತಿ ತಂತ್ರಜ್ಞಾನ, ಔಷಧೀಯ, ಮತ್ತು ಆಟೋಮೊಬೈಲ್ ಉತ್ಪಾದನೆಯಂತಹ ಕ್ಷೇತ್ರಗಳಲ್ಲಿ ತ್ವರಿತ ಬೆಳವಣಿಗೆ.

ಮೂಲಸೌಕರ್ಯ ಅಭಿವೃದ್ಧಿ

- **ಸಾರಿಗೆ**: ರಸ್ತೆ ಜಾಲಗಳು, ವಿಮಾನ ನಿಲ್ದಾಣಗಳು ಮತ್ತು ಬಂದರುಗಳ ವಿಸ್ತರಣೆ ಮತ್ತು ಆಧುನೀಕರಣ.

- **ನಗರೀಕರಣ**: ಸ್ಮಾರ್ಟ್ ಸಿಟಿಗಳ ಅಭಿವೃದ್ಧಿ ಮತ್ತು ಸುಧಾರಿತ ನಗರ ಮೂಲಸೌಕರ್ಯ.

ಸಾಮಾಜಿಕ ಅಭಿವೃದ್ಧಿ

- **ಶಿಕ್ಷಣ**: ಹೆಚ್ಚಿದ ಸಾಕ್ಷರತೆ ದರಗಳು ಮತ್ತು ಉನ್ನತ ಶಿಕ್ಷಣ ಸಂಸ್ಥೆಗಳ ವಿಸ್ತರಣೆ.

- **ಹೆಲ್ತ್‌ಕೇರ್**: ಆಯುಷ್ಮಾನ್ ಭಾರತ್‌ನಂತಹ ದೊಡ್ಡ ಪ್ರಮಾಣದ ಆರೋಗ್ಯ ಉಪಕ್ರಮಗಳನ್ನು ಪ್ರಾರಂಭಿಸುವುದು ಸೇರಿದಂತೆ ಆರೋಗ್ಯ ಪ್ರವೇಶ ಮತ್ತು ಫಲಿತಾಂಶಗಳಲ್ಲಿನ ಸುಧಾರಣೆಗಳು.

ತಾಂತ್ರಿಕ ಪ್ರಗತಿಗಳು

- **ಡಿಜಿಟಲ್ ಇಂಡಿಯಾ**: ಡಿಜಿಟಲ್ ಮೂಲಸೌಕರ್ಯ ಮತ್ತು ಇಂಟರ್ನೆಟ್ ನುಗ್ಗುವಿಕೆಯಲ್ಲಿ ಗಮನಾರ್ಹ ಪ್ರಗತಿಗಳು.

- **ನಾವೀನ್ಯತೆ**: ಸ್ಟಾರ್ಟಪ್ ಪರಿಸರ ವ್ಯವಸ್ಥೆಯಲ್ಲಿ ಬೆಳವಣಿಗೆ, ಭಾರತವನ್ನು ನಾವೀನ್ಯತೆ ಮತ್ತು ಉದ್ಯಮಶೀಲತೆಯ ಕೇಂದ್ರವನ್ನಾಗಿ ಮಾಡುತ್ತದೆ.

ಕೃಷಿ ಸುಧಾರಣೆಗಳು

- **ಹಸಿರು ಕ್ರಾಂತಿ**: ಆಧುನಿಕ ಕೃಷಿ ತಂತ್ರಗಳು ಮತ್ತು ತಂತ್ರಜ್ಞಾನದ ಮೂಲಕ ವರ್ಧಿತ ಕೃಷಿ ಉತ್ಪಾದಕತೆ.

- **ನೀರಾವರಿ**: ಕೃಷಿಯನ್ನು ಬೆಂಬಲಿಸಲು ದೊಡ್ಡ ಪ್ರಮಾಣದ ನೀರಾವರಿ ಯೋಜನೆಗಳ ಅಭಿವೃದ್ಧಿ.

ನವೀಕರಿಸಬಹುದಾದ ಶಕ್ತಿ

- **ಸೌರ ಮತ್ತು ಪವನ ಶಕ್ತಿ**: ನವೀಕರಿಸಬಹುದಾದ ಶಕ್ತಿಯಲ್ಲಿ ಪ್ರಮುಖ ಹೂಡಿಕೆಗಳು, ಸುಸ್ಥಿರ ಇಂಧನ ಅಭಿವೃದ್ಧಿಯಲ್ಲಿ ಭಾರತವನ್ನು ನಾಯಕನಾಗಿ ಇರಿಸುತ್ತದೆ.

ಬಡತನ ನಿರ್ಮೂಲನೆ

-   **ಸಾಮಾಜಿಕ ಕಾರ್ಯಕ್ರಮಗಳು**: ಬಡತನವನ್ನು ಕಡಿಮೆ ಮಾಡುವ ಮತ್ತು ಜೀವನ ಮಟ್ಟವನ್ನು ಸುಧಾರಿಸುವ ಗುರಿಯನ್ನು ಹೊಂದಿರುವ ವಿವಿಧ ಸಾಮಾಜಿಕ ಕಲ್ಯಾಣ ಕಾರ್ಯಕ್ರಮಗಳ ಅನುಷ್ಠಾನ.

ಸವಾಲುಗಳು

ಈ ಪ್ರಗತಿಗಳ ಹೊರತಾಗಿಯೂ, ಭಾರತವು ಇನ್ನೂ ಇಂತಹ ಸವಾಲುಗಳನ್ನು ಎದುರಿಸುತ್ತಿದೆ:

- **ಆದಾಯ ಅಸಮಾನತೆ**: ಶ್ರೀಮಂತ ಮತ್ತು ಬಡವರ ನಡುವಿನ ಗಮನಾರ್ಹ ಅಸಮಾನತೆ.

- **ಪರಿಸರ ಕಾಳಜಿ**: ಮಾಲಿನ್ಯ ಮತ್ತು ಪರಿಸರ ಅವನತಿ.

- **ರಾಜಕೀಯ ಮತ್ತು ಸಾಮಾಜಿಕ ಸಮಸ್ಯೆಗಳು**: ಪ್ರಾದೇಶಿಕ ಅಸಮಾನತೆಗಳು, ಭ್ರಷ್ಟಾಚಾರ ಮತ್ತು ಸಾಮಾಜಿಕ ಅಸಮಾನತೆಗಳು.

ನೀವು ಆಸಕ್ತಿ ಹೊಂದಿರುವ ಭಾರತೀಯ ಅಭಿವೃದ್ಧಿಯ ಯಾವುದೇ ನಿರ್ದಿಷ್ಟ ಪ್ರದೇಶವನ್ನು ಹೊಂದಿದ್ದರೆ, ನನಗೆ ತಿಳಿಸಲು ಮುಕ್ತವಾಗಿರಿ!

ಭಾರತದ ರಾಜಕೀಯ ವ್ಯವಸ್ಥೆಯು ವಿಶ್ವದ ಅತ್ಯಂತ ದೊಡ್ಡ ಪ್ರಜಾಪ್ರಭುತ್ವ ವ್ಯವಸ್ಥೆಗಳಲ್ಲೊಂದು. ಇದು ಸಂವಿಧಾನಬದ್ಧವಾದ ಸಂವಿಧಾನ, ವ್ಯವಸ್ಥಿತ ಪ್ರಕ್ರಿಯೆಗಳು, ಮತ್ತು ವಿವಿಧ ಅಧಿಕಾರ ಶಾಖೆಗಳಿಂದ ಕೂಡಿದ ಸಮಗ್ರ ವ್ಯವಸ್ಥೆಯಾಗಿದೆ. ಭಾರತದ ರಾಜಕೀಯ ವ್ಯವಸ್ಥೆಯ ಮುಖ್ಯಾಂಶಗಳನ್ನು ವಿವರಿಸೋಣ:

1. ಸಂವಿಧಾನ:

- **ಭಾರತದ ಸಂವಿಧಾನ:** ಇದು ದೇಶದ ಉನ್ನತ ಕಾನೂನು ಮತ್ತು ದೇಶದ ಆಡಳಿತ ವ್ಯವಸ್ಥೆಯ ಅಡಿಪಾಯವಾಗಿದೆ. ಸಂವಿಧಾನವು ಭಾರತವನ್ನು ಪ್ರಜಾಪ್ರಭುತ್ವದ ಗಣರಾಜ್ಯ, ಜಾತ್ಯಾತೀತ, ಧಾರ್ಮಿಕತೆಯಿಂದ ಮುಕ್ತ, ಮತ್ತು ಸಾಮಾಜಿಕ, ಆರ್ಥಿಕ ನ್ಯಾಯವನ್ನು ಭದ್ರಪಡಿಸುತ್ತದೆ.

2. ರಾಜಕೀಯ ವ್ಯವಸ್ಥೆಯ ತತ್ತ್ವ:

  - **ಸಾರ್ವಭೌಮತ್ವ:** ಭಾರತವು ಸ್ವತಂತ್ರ ದೇಶವಾಗಿದ್ದು, ತನ್ನದೇ ಆದ ಆಡಳಿತ ವ್ಯವಸ್ಥೆಯನ್ನು ಹೊಂದಿದೆ.

  - **ಜನಪ್ರತಿನಿಧಿ ಪ್ರಜಾಪ್ರಭುತ್ವ:** ಜನಸಾಮಾನ್ಯರು ಚುನಾವಣೆಯಲ್ಲಿ ಮತದಾನದ ಮೂಲಕ ತಮ್ಮ ಪ್ರತಿನಿಧಿಗಳನ್ನು ಆಯ್ಕೆ ಮಾಡುತ್ತಾರೆ.

3. ಆಡಳಿತ ಶಾಖೆಗಳು:

  - **ವಿಧಾನಮಂಡಲ (Legislature):** ಭಾರತೀಯ ಸಂಸತ್ತು ದ್ವಿಸಭಾ (ಬಿಕಾಮೆರಲ್) ಮಂಡಲವಾಗಿದೆ. ಇದು ರಾಜ್ಯಸಭೆ (ಉಪರಿಸಭೆ) ಮತ್ತು ಲೋಕಸಭೆ (ಪ್ರತಿನಿಧಿ ಸಭೆ) ಅನ್ನು ಒಳಗೊಂಡಿದೆ.

  - **ಲೋಕಸಭೆ:** ಜನಪ್ರತಿನಿಧಿಗಳ ವಿಧಾನಸಭೆ, ಪ್ರತಿ 5 ವರ್ಷಕ್ಕೊಮ್ಮೆ ಚುನಾವಣೆ.

  - **ರಾಜ್ಯಸಭೆ:** ರಾಜ್ಯಗಳ ಪ್ರತಿನಿಧಿಗಳ ವಿಧಾನಸಭೆ, 6 ವರ್ಷ ಅವಧಿ.

  - **ಕಾರ್ಯನಿರ್ವಾಹಕ (Executive):** ರಾಷ್ಟ್ರಪತಿ, ಪ್ರಧಾನಮಂತ್ರಿ, ಮತ್ತು ಸಚಿವ ಮಂಡಲಿ.

- **ರಾಷ್ಟ್ರಪತಿ:** ದೇಶದ ರಾಷ್ಟ್ರಾಧ್ಯಕ್ಷ, ಸಮಾರಂಭ ಪ್ರಕಾರದ ಮುಖ್ಯಸ್ಥ.

- **ಪ್ರಧಾನಮಂತ್ರಿ:** ಸರ್ಕಾರದ ಮುಖ್ಯ ಕಾರ್ಯನಿರ್ವಾಹಕ.

- **ನ್ಯಾಯಾಂಗ (Judiciary):** ಸರ್ವೋಚ್ಚ ನ್ಯಾಯಾಲಯವು ದೇಶದ ಉನ್ನತ ನ್ಯಾಯಾಲಯವಾಗಿದ್ದು, ಹೈಕೋರ್ಟ್‌ಗಳು ಮತ್ತು ಜಿಲ್ಲಾ ನ್ಯಾಯಾಲಯಗಳನ್ನು ಒಳಗೊಂಡಿದೆ.

- **ಸರ್ವೋಚ್ಚ ನ್ಯಾಯಾಲಯ:** ಸಂವಿಧಾನದ ರಕ್ಷಣೆಗೆ ಮತ್ತು ನ್ಯಾಯದ ಅನುಷ್ಠಾನಕ್ಕೆ.

4. ಕೇಂದ್ರ ಮತ್ತು ರಾಜ್ಯಗಳ ಹಕ್ಕುಗಳ ಹಂಚಿಕೆ:

- **ಸಮರಸ್ತಮಚ್ವಿಶ (Federalism):** ಕೇಂದ್ರ ಮತ್ತು ರಾಜ್ಯ ಸರ್ಕಾರಗಳ ನಡುವೆ ಅಧಿಕಾರ ಮತ್ತು ಹೊಣೆಗಾರಿಕೆಗಳ ಹಂಚಿಕೆ.

- **ರಾಜ್ಯ ಸರ್ಕಾರಗಳು:** ಪ್ರತಿ ರಾಜ್ಯಕ್ಕೆ ತನ್ನದೇ ಆದ ಮುಖ್ಯಮಂತ್ರಿ ಮತ್ತು ವಿಧಾನಸಭೆ ಇರುತ್ತದೆ.

5. ಚುನಾವಣಾ ಪ್ರಕ್ರಿಯೆ:

- **ಚುನಾವಣಾ ಆಯೋಗ:** ಸ್ವಾಯತ್ತ ಸಂಸ್ಥೆ, ದೇಶದ ಎಲ್ಲಾ ಚುನಾವಣೆಗಳನ್ನು ನಿರ್ವಹಿಸುತ್ತದೆ.

- **ಚುನಾವಣೆ:** ಲೋಕಸಭೆ, ರಾಜ್ಯ ವಿಧಾನಸಭೆ, ಪಂಚಾಯತ್, ಮತ್ತು ನಗರದ ಸ್ಥಳೀಯ ಸಂಸ್ಥೆಗಳಿಗೆ ನಿಯಮಿತ ಅವಧಿಯುಳ್ಳ ಚುನಾವಣೆಗಳು.

6. ರಾಜಕೀಯ ಪಕ್ಷಗಳು:

- **ರಾಷ್ಟ್ರೀಯ ಪಕ್ಷಗಳು:** ಭಾರತೀಯ ಜನತಾ ಪಕ್ಷ (BJP), ಭಾರತೀಯ ರಾಷ್ಟ್ರೀಯ ಕಾಂಗ್ರೆಸ್ (INC) ಮುಂತಾದವು ಪ್ರಮುಖ ಪಕ್ಷಗಳು.

- **ಪ್ರಾದೇಶಿಕ ಪಕ್ಷಗಳು:** ತೃಣಮೂಲ ಕಾಂಗ್ರೆಸ್, ದ್ರಾವಿಡ ಮುನ್ನೇತ್ರ ಕಳಗಂ (DMK), ಆಮ್ ಆದ್ಮಿ ಪಾರ್ಟಿ (AAP) ಮುಂತಾದವು.

7. ಜಾತ್ಯಾತೀತತೆ:

-   **ಸಾಮಾನ್ಯ ಧರ್ಮವಿಲ್ಲದ ಪ್ರಜಾಪ್ರಭುತ್ವ:** ಎಲ್ಲ ಧರ್ಮಗಳನ್ನು ಸಮಾನವಾಗಿ ಗೌರವಿಸುವ ಮತ್ತು ಎಲ್ಲಾ ಧರ್ಮಗಳನ್ನೂ ಪ್ರತ್ಯೇಕವಾಗಿ ನೋಡಿಕೊಳ್ಳುವ ತತ್ವ.

8. ಹಕ್ಕು ಮತ್ತು ಕರ್ತವ್ಯಗಳು:

- **ಮೂಲ ಹಕ್ಕುಗಳು:** ವ್ಯಕ್ತಿಯ ಸ್ವಾತಂತ್ರ್ಯ, ಸಮಾನತೆ, ಧಾರ್ಮಿಕ ಸ್ವಾತಂತ್ರ್ಯ, ಶಿಕ್ಷಣ ಮತ್ತು ಸಾಂಸ್ಕೃತಿಕ ಹಕ್ಕುಗಳು.

- **ಮೂಲ ಕರ್ತವ್ಯಗಳು:** ದೇಶಪ್ರೇಮ, ಸಂವಿಧಾನದ ಗೌರವ, ಹಕ್ಕುಗಳ ಪ್ರಯೋಗ, ನೈತಿಕ ಹಕ್ಕುಪಾಲನೆ.

9. ಸಮೀಕ್ಷಾ ಸಂಸ್ಥೆಗಳು:

- **ಸಿಎಂಪಿ (Comptroller and Auditor General):** ಸರ್ಕಾರದ ಹಣಕಾಸಿನ ನಿರೀಕ್ಷಣೆ.

- **ಭ್ರಷ್ಟಾಚಾರ ವಿರುದ್ಧದ ಸಂಸ್ಥೆಗಳು:** ಭ್ರಷ್ಟಾಚಾರದ ವಿರುದ್ಧದ ಹೋರಾಟ.

10. ತುರ್ತು ಪರಿಸ್ಥಿತಿಗಳು:

- **ಅಂತಾರಾಷ್ಟ್ರೀಯ ತುರ್ತು ಪರಿಸ್ಥಿತಿ:** ರಾಷ್ಟ್ರಪತಿ ತುರ್ತು ಘೋಷಣೆ ಮಾಡುವ ಅಧಿಕಾರ.

ಭಾರತದ ರಾಜಕೀಯ ವ್ಯವಸ್ಥೆಯು ಅವಿರತವಾಗಿ ಅಭಿವೃದ್ಧಿಯಾಗುತ್ತಾ, ಪ್ರಜಾಪ್ರಭುತ್ವದ ಮಾರ್ಗದಲ್ಲಿ ಭದ್ರತೆಯೊಂದಿಗೆ ಮುಂದುವರಿಯುತ್ತಿದೆ.

ಭಾರತದ ಚುನಾವಣಾ ವ್ಯವಸ್ಥೆಯು ಸಂಕೀರ್ಣ ಮತ್ತು ದೃಢವಾದ ಪ್ರಜಾಸತ್ತಾತ್ಮಕ ಪ್ರಕ್ರಿಯೆಯಾಗಿದೆ. ಅದರ ರಚನೆ ಮತ್ತು ಕಾರ್ಯನಿರ್ವಹಣೆಯ ಅವಲೋಕನ ಇಲ್ಲಿದೆ:

ಸರ್ಕಾರದ ರಚನೆ

ಭಾರತವು ಫೆಡರಲ್ ಸಂಸದೀಯ ಪ್ರಜಾಸತ್ತಾತ್ಮಕ ಗಣರಾಜ್ಯವಾಗಿದೆ, ಇದರರ್ಥ ಇದು ಪ್ರತಿ ಹಂತದಲ್ಲೂ ಚುನಾಯಿತ ಪ್ರತಿನಿಧಿಗಳೊಂದಿಗೆ ಸರ್ಕಾರದ ಬಹು ಪದರಗಳನ್ನು ಹೊಂದಿದೆ:

1. **ಕೇಂದ್ರ ಸರ್ಕಾರ**: ರಾಷ್ಟ್ರೀಯ ಮಟ್ಟದ ಸರ್ಕಾರ, ಇದರಲ್ಲಿ ರಾಷ್ಟ್ರಪತಿ, ಪ್ರಧಾನ ಮಂತ್ರಿ ಮತ್ತು ಸಂಸತ್ತು (ಲೋಕಸಭೆ ಮತ್ತು ರಾಜ್ಯಸಭೆಯನ್ನು ಒಳಗೊಂಡಿರುತ್ತದೆ).

2. **ರಾಜ್ಯ ಸರ್ಕಾರಗಳು**: ಪ್ರತಿ ರಾಜ್ಯವು ತನ್ನದೇ ಆದ ಸರ್ಕಾರವನ್ನು ಹೊಂದಿದೆ, ರಾಜ್ಯಪಾಲರು, ಮುಖ್ಯಮಂತ್ರಿ ಮತ್ತು ರಾಜ್ಯ ಶಾಸಕಾಂಗ (ವಿಧಾನ ಸಭೆ ಮತ್ತು ಕೆಲವು ರಾಜ್ಯಗಳಲ್ಲಿ, ವಿಧಾನ ಪರಿಷತ್ತು ಒಳಗೊಂಡಿರುತ್ತದೆ).

3. **ಸ್ಥಳೀಯ ಸರ್ಕಾರಗಳು**: ಇದು ನಗರ ಪ್ರದೇಶಗಳಲ್ಲಿನ ಪುರಸಭೆಗಳು ಮತ್ತು ಗ್ರಾಮೀಣ ಪ್ರದೇಶಗಳಲ್ಲಿನ ಪಂಚಾಯತ್‌ಗಳನ್ನು ಒಳಗೊಂಡಿದೆ.

5. ಭಾರತ ಚುನಾವಣಾ ಆಯೋಗ

ಭಾರತದ ಚುನಾವಣಾ ಆಯೋಗ (ಇಸಿಐ) ಒಂದು ಸ್ವಾಯತ್ತ ಸಾಂವಿಧಾನಿಕ ಪ್ರಾಧಿಕಾರವಾಗಿದ್ದು, ರಾಷ್ಟ್ರೀಯ ಮತ್ತು ರಾಜ್ಯ ಮಟ್ಟದಲ್ಲಿ ಭಾರತದಲ್ಲಿ ಚುನಾವಣಾ ಪ್ರಕ್ರಿಯೆಗಳನ್ನು ನಿರ್ವಹಿಸುವ ಜವಾಬ್ದಾರಿಯನ್ನು ಹೊಂದಿದೆ.

ಚುನಾವಣೆಯ ವಿಧಗಳು

1. **ಸಾಮಾನ್ಯ ಚುನಾವಣೆಗಳು**: ಲೋಕಸಭೆಗೆ (ಜನರ ಮನೆ) ಸದಸ್ಯರನ್ನು ಆಯ್ಕೆ ಮಾಡಲು ಪ್ರತಿ ಐದು ವರ್ಷಗಳಿಗೊಮ್ಮೆ ನಡೆಯುತ್ತದೆ.

2. **ರಾಜ್ಯ ವಿಧಾನಸಭೆ ಚುನಾವಣೆ**: ರಾಜ್ಯ ವಿಧಾನಸಭೆಗಳಿಗೆ ಸದಸ್ಯರನ್ನು ಆಯ್ಕೆ ಮಾಡಲು ಪ್ರತಿ ಐದು ವರ್ಷಗಳಿಗೊಮ್ಮೆ ನಡೆಯುತ್ತದೆ.

3. **ರಾಷ್ಟ್ರಪತಿ ಮತ್ತು ಉಪಾಧ್ಯಕ್ಷರ ಚುನಾವಣೆ**: ಸಂಸತ್ತು ಮತ್ತು ರಾಜ್ಯ ಶಾಸಕಾಂಗಗಳ ಚುನಾಯಿತ ಸದಸ್ಯರು ನಡೆಸುವ ಪರೋಕ್ಷ ಚುನಾವಣೆಗಳು.

4. **ರಾಜ್ಯಸಭಾ ಚುನಾವಣೆ**: ಸದಸ್ಯರನ್ನು ರಾಜ್ಯ ವಿಧಾನಸಭೆಗಳ ಚುನಾಯಿತ ಸದಸ್ಯರಿಂದ ಚುನಾಯಿಸಲಾಗುತ್ತದೆ.

5. **ಸ್ಥಳೀಯ ಚುನಾವಣೆಗಳು**: ಪುರಸಭೆಗಳು ಮತ್ತು ಪಂಚಾಯತ್‌ಗಳಿಗೆ ಚುನಾವಣೆಗಳು.

ಲೋಕಸಭೆ (ಜನರ ಮನೆ)

- **ಸಂಯೋಜನೆ**: ಸಾಮಾನ್ಯ ಚುನಾವಣೆಗಳ ಮೂಲಕ ಜನರಿಂದ ನೇರವಾಗಿ ಚುನಾಯಿತರಾದ 543 ಸದಸ್ಯರು ಮತ್ತು ಆಂಗ್ಲೋ-ಇಂಡಿಯನ್ ಸಮುದಾಯವನ್ನು ಪ್ರತಿನಿಧಿಸುವ 2 ನಾಮನಿರ್ದೇಶಿತ ಸದಸ್ಯರು (ಅಧ್ಯಕ್ಷರಿಂದ ನಾಮನಿರ್ದೇಶನಗೊಂಡರೆ).

- **ಅವಧಿ**: ಐದು ವರ್ಷಗಳು ಬೇಗ ಕರಗದಿದ್ದರೆ.

- **ಚುನಾವಣಾ ಪ್ರಕ್ರಿಯೆ**: ಒಂದು ಕ್ಷೇತ್ರದಲ್ಲಿ ಅತಿ ಹೆಚ್ಚು ಮತಗಳನ್ನು ಪಡೆದ ಅಭ್ಯರ್ಥಿ ಗೆಲ್ಲುವ ಮೊದಲ-ಪಾಸ್ಟ್-ಪೋಸ್ಟ್ ವ್ಯವಸ್ಥೆ.

ರಾಜ್ಯಸಭೆ (ರಾಜ್ಯಗಳ ಕೌನ್ಸಿಲ್)

- **ಸಂಯೋಜನೆ**: 245 ಸದಸ್ಯರು, ಅದರಲ್ಲಿ 233 ಮಂದಿಯನ್ನು ರಾಜ್ಯ ಶಾಸನ ಸಭೆಗಳ ಚುನಾಯಿತ ಸದಸ್ಯರು ಆಯ್ಕೆ ಮಾಡುತ್ತಾರೆ ಮತ್ತು 12 ಮಂದಿಯನ್ನು ನಿರ್ದಿಷ್ಟ ಕ್ಷೇತ್ರಗಳಲ್ಲಿ ಅವರ ಪರಿಣತಿಗಾಗಿ ಅಧ್ಯಕ್ಷರು ನಾಮನಿರ್ದೇಶನ ಮಾಡುತ್ತಾರೆ.

- **ಅವಧಿ**: ಆರು ವರ್ಷಗಳು, ಪ್ರತಿ ಎರಡು ವರ್ಷಗಳಿಗೊಮ್ಮೆ ಮೂರನೇ ಒಂದು ಭಾಗದಷ್ಟು ಸದಸ್ಯರು ನಿವೃತ್ತರಾಗುತ್ತಾರೆ.

- **ಚುನಾವಣಾ ಪ್ರಕ್ರಿಯೆ**: ಒಂದೇ ವರ್ಗಾವಣೆ ಮಾಡಬಹುದಾದ ಮತದ ಮೂಲಕ ಪ್ರಮಾಣಾನುಗುಣ ಪ್ರಾತಿನಿಧ್ಯ.

ರಾಜ್ಯ ಶಾಸಕಾಂಗ ಸಭೆಗಳು

- **ಸಂಯೋಜನೆ**: ರಾಜ್ಯದ ಪ್ರಕಾರ ಬದಲಾಗುತ್ತದೆ, ಸಾಮಾನ್ಯವಾಗಿ 60 ರಿಂದ 500 ಸದಸ್ಯರ ನಡುವೆ.

- **ಅವಧಿ**: ಐದು ವರ್ಷಗಳು ಬೇಗ ಕರಗದಿದ್ದರೆ.

- **ಚುನಾವಣಾ ಪ್ರಕ್ರಿಯೆ**: ಲೋಕಸಭೆಯಂತೆಯೇ, ಮೊದಲ-ಪಾಸ್ಟ್-ಪೋಸ್ಟ್ ವ್ಯವಸ್ಥೆಯನ್ನು ಬಳಸುವುದು.

ರಾಜ್ಯ ವಿಧಾನ ಪರಿಷತ್ತುಗಳು

- ** ಸಂಯೋಜನೆ **: ರಾಜ್ಯದಿಂದ ಬದಲಾಗುತ್ತದೆ; ಶಾಸಕಾಂಗ ಸಭೆ, ಪದವೀಧರರು, ಶಿಕ್ಷಕರು ಮತ್ತು ಸ್ಥಳೀಯ ಅಧಿಕಾರಿಗಳು ಸೇರಿದಂತೆ ವಿವಿಧ ವಿಧಾನಗಳ ಮೂಲಕ ಸದಸ್ಯರನ್ನು ಆಯ್ಕೆ ಮಾಡಲಾಗುತ್ತದೆ.

- **ಅವಧಿ**: ಆರು ವರ್ಷಗಳು, ಪ್ರತಿ ಎರಡು ವರ್ಷಗಳಿಗೊಮ್ಮೆ ಮೂರನೇ ಒಂದು ಭಾಗದಷ್ಟು ನಿವೃತ್ತಿ.

ಸ್ಥಳೀಯ ಚುನಾವಣೆಗಳು

- **ಪುರಸಭೆ ಚುನಾವಣೆ**: ಪುರಸಭೆಗಳು ಮತ್ತು ಮುನ್ಸಿಪಲ್ ಕಾರ್ಪೊರೇಶನ್‌ಗಳಿಗೆ ನಗರ ಪ್ರದೇಶಗಳಲ್ಲಿ ನಡೆಸಲಾಗುತ್ತದೆ.

- **ಪಂಚಾಯತ್ ಚುನಾವಣೆ**: ಗ್ರಾಮ ಪಂಚಾಯತಿಗಳು, ಮಧ್ಯಂತರ ಪಂಚಾಯತಿಗಳು ಮತ್ತು ಜಿಲ್ಲಾ ಪಂಚಾಯತಿಗಳಿಗೆ ಗ್ರಾಮೀಣ ಪ್ರದೇಶಗಳಲ್ಲಿ ನಡೆಯುತ್ತದೆ.

ಮತದಾನ ವ್ಯವಸ್ಥೆ

- **ಮತದಾರರ ಅರ್ಹತೆ**: 18 ಮತ್ತು ಅದಕ್ಕಿಂತ ಹೆಚ್ಚಿನ ವಯಸ್ಸಿನ ಭಾರತೀಯ ನಾಗರಿಕರು.

- **ಮತದಾನ ಪ್ರಕ್ರಿಯೆ**: ವಿದ್ಯುನ್ಮಾನ ಮತಯಂತ್ರಗಳನ್ನು (EVM) ಮತದಾನಕ್ಕಾಗಿ ಬಳಸಲಾಗುತ್ತದೆ, ಮತ್ತು ಮತದಾರರ ದೃಢೀಕರಿಸಬಹುದಾದ ಪೇಪರ್ ಆಡಿಟ್ ಟ್ರಯಲ್ (VVPAT) ವ್ಯವಸ್ಥೆಯನ್ನು ಹೆಚ್ಚಿನ ಪಾರದರ್ಶಕತೆಗಾಗಿ ಬಳಸಲಾಗುತ್ತದೆ.

ಮತದಾರರ ಪಟ್ಟಿಗಳು

ECI ಮತದಾರರ ಪಟ್ಟಿಗಳನ್ನು ನಿರ್ವಹಿಸುತ್ತದೆ ಮತ್ತು ನವೀಕರಿಸುತ್ತದೆ, ಅರ್ಹ ಮತದಾರರನ್ನು ನೋಂದಾಯಿಸಲಾಗಿದೆ ಮತ್ತು ಅನರ್ಹ ನಮೂದುಗಳನ್ನು ತೆಗೆದುಹಾಕಲಾಗಿದೆ ಎಂದು ಖಚಿತಪಡಿಸುತ್ತದೆ.

ಮಾದರಿ ನೀತಿ ಸಂಹಿತೆ

ಚುನಾವಣೆಯ ಸಮಯದಲ್ಲಿ, ಮಾದರಿ ನೀತಿ ಸಂಹಿತೆ ಜಾರಿಗೆ ಬರುತ್ತದೆ, ಇದು ರಾಜಕೀಯ ಪಕ್ಷಗಳು ಮತ್ತು ಅಭ್ಯರ್ಥಿಗಳಿಗೆ ಮುಕ್ತ ಮತ್ತು ನ್ಯಾಯಸಮ್ಮತ ಚುನಾವಣೆಗಳನ್ನು ಖಚಿತಪಡಿಸಿಕೊಳ್ಳಲು ಮಾರ್ಗಸೂಚಿಗಳನ್ನು ಹೊಂದಿಸುತ್ತದೆ.

ಸವಾಲುಗಳು ಮತ್ತು ಸುಧಾರಣೆಗಳು

- **ಮುಕ್ತ ಮತ್ತು ನ್ಯಾಯಸಮ್ಮತ ಚುನಾವಣೆಗಳನ್ನು ಖಾತರಿಪಡಿಸುವುದು**: ಚುನಾವಣಾ ಅಕ್ರಮಗಳು, ಮತದಾರರ ವಂಚನೆ ಮತ್ತು ರಾಜಕೀಯ ಭ್ರಷ್ಟಾಚಾರದಂತಹ ಸಮಸ್ಯೆಗಳನ್ನು ಪರಿಹರಿಸುವುದು.

- **ಹೆಚ್ಚುತ್ತಿರುವ ಮತದಾರರ ಮತದಾನ**: ಹೆಚ್ಚಿನ ಮತದಾರರ ಭಾಗವಹಿಸುವಿಕೆಯನ್ನು ಉತ್ತೇಜಿಸಲು ಉಪಕ್ರಮಗಳು.

- **ಚುನಾವಣಾ ಸುಧಾರಣೆಗಳು**: ಲೋಕಸಭೆ ಮತ್ತು ರಾಜ್ಯ ವಿಧಾನಸಭೆಗಳಿಗೆ ಏಕಕಾಲದಲ್ಲಿ ಚುನಾವಣೆಗಳಂತಹ ಸುಧಾರಣೆಗಳ ಕುರಿತು ನಡೆಯುತ್ತಿರುವ ಚರ್ಚೆಗಳು ಮತ್ತು ರಾಜಕೀಯ ನಿಧಿಯಲ್ಲಿ ಹೆಚ್ಚು ಪಾರದರ್ಶಕತೆಯನ್ನು ಪರಿಚಯಿಸುವುದು.

ಭಾರತದ ಚುನಾವಣಾ ವ್ಯವಸ್ಥೆಯನ್ನು ಪ್ರಜಾಪ್ರಭುತ್ವದ ತತ್ವಗಳನ್ನು ಎತ್ತಿಹಿಡಿಯಲು ವಿನ್ಯಾಸಗೊಳಿಸಲಾಗಿದೆ, ಅದರ ವಿಶಾಲ ಮತ್ತು ವೈವಿಧ್ಯಮಯ ಜನಸಂಖ್ಯೆಯ ಪ್ರಾತಿನಿಧ್ಯ ಮತ್ತು ಭಾಗವಹಿಸುವಿಕೆಯನ್ನು ಖಚಿತಪಡಿಸುತ್ತದೆ.

ಭಾರತದ ಚುನಾವಣೆ ನಿಜವಾಗಿಯೂ ದೇಶದ ಒಳಿತಿಗಾಗಿಯೇ?

ನಾವೆಲ್ಲರೂ ಮತ ಚಲಾಯಿಸುವುದು (ಜಾತಿ,ಮತ, ಧರ್ಮ) ನೋಡಿಯೇ ಎಂದು ನನಗೆ ತಿಳಿದಿದೆ.

ನೀವು ಹೇಗೆ ಮತ ಹಾಕುತೀರೋ ನನಗೆ ತಿಳಿದಿಲ್ಲ, ಆದರೂ ನಾನು ನನ್ನ ಅನಿಸಿಕೆ ತಿಳಿಸಿದೆ ಅಷ್ಟೆ.

ದೇಶ ಅಭಿರುದ್ಧಿಗಾಗಿ ನಾವು ಮತ ಚಲಾಯಿಸಬೇಕ ವಿನಃ ದೇಶ ಲೂಟಿಗಾಗಿಲ್ಲ ಎಂಬುದು ನಿಮಗೆ ತಿಳಿದಿದ್ದರೆ ಅಷ್ಟೆ ಸಾಕು. ಆ ಪಕ್ಷ ಈ ಪಕ್ಷ ಬಂದರೆ ನಮ್ಮ ದೇಶ ಬೆಳೆಯುತದೆ ಎಂದು ನೀವು ಅಂದು ಕೊಂಡರೆ ಅದು ನಿಮ್ಮ ತಪಲ್ಲ ಆ ಪಕ್ಷ ಮಾಡಿದ ಮೋದಿಯ ಅಂತ ನನಗೆ ಅನಿಸುತ್ತದೆ.

ನಮ್ಮ ದೇಶ ಡೆವಲಪಿಂಗ್ ಕಂಟ್ರಿ ಎಂದು ನಮ್ಮ ಅಪ್ಪನ ಕಾಲದಿಂದಲೂ ಹೇಳುತ್ತಿದ್ದಾರೆ ಆದರೆ ಇನ್ನು ಇದು ಡೆವಲಪೆಡ್ ಕಂಟ್ರಿ ಎಂದು ಹೇಳಲಿಲ್ಲ, ಇದು ನಾವು ತಿಳಿಯಬೇಕು. ಎಂದೆಂದಿಗೂ ನಾವು ನಮ್ಮ ದೇಶವನ್ನು ಬೆಳಿಸಬೇಕೆ ವಿನಃ ಜಾತಿ ಮತ ಧರ್ಮ ದಿಂದ ಅಳಿಯ ಬಾರದು ಏನಂತೀರಾ.

ದೇವರು ನಮ್ಮ ದೇಶದಲ್ಲಿ ಜನಿಸಿದನ್ನೇ ಎಂದು ಹೇಳುತಿವಿ ಆದರೆ ಅದೇ ದೇಶದಲ್ಲಿ ನಾವು ಲೂಟಿಮಾಡಿಸುವುದಕ್ಕೆ ಬಿಟ್ಟರೆ ಆಡುಯೇಸ್ಸುಸರಿ ಎಂದು ನೀಪೇ ಅರಿತುಕೊಳ್ಳಿರಿ. ವಿದ್ಯಾ ವಂತರಿಗೆ ಅವಕಾಶ ಕೊಡಬೇಕೆಂದು ವಿನಃ ದಡ್ಡರಿಗಲ್ಲ ಎಂದು ನೀವಿಲು ತಿಳಿಯಬೇಕು, ಮೋದಿಯ ಮಾತು, ಮೋದಿಯ ಅಶ್ವಾಸನೆ ನಮಗೆಬೇಡ, ಯಾವಾಗಲು ನಿಷ್ಠೆಯ ಸರ್ಕಾರ ಯಾವಾಗಲು ನಿಷ್ಠೆಯ ಅನ್ವೇಷಣ ನಮಗೆ ಬೇಕೆಂದು ನನ್ನ ಆಸೆ.

ಜೀವದ್ದರು ಇಲ್ಲ ದಂಗೆ ನಾವು ಇದ್ದಂತೆ ಏನು ಪ್ರಯೋಜನ ವಿಲ್ಲಾ, "ವಸೂದ್ಮೈವ ಕುಟುಂಬಕಾಮ್ " ಯಂಬ ಭಾವನೆ ನಗಿಸಬೇಕು. ಇವನು ನಮ್ಮ ವನ್ನು , ನಮ್ಮ ಧರ್ಮಪುರ ಯದು ಮತ ಹಾಕುವುದಕ್ಕಿಂತ ನಮ್ಮ ದೇಶಕ್ಕೆ ಯಷ್ಟು ಪ್ರಯೋಜನ ಯಾವುದು ಬಹಲ ಮುಖ್ಯ .

ನಮ್ಮ ದೇಶದ ಒಳಿತಿಗಾಗಿ ನಾವು ಏನು ಮಾಡಬೇಕೆಂದು ತಿಳಿಯಬೇಕು. ನಮ್ಮ ದೇಶದಲ್ಲಿ ಅತಿ ಹೆಚ್ಚು ಕಂದಾಯ ಇದ್ದರು ನಾವು ಕೊಡ್ತೆವೆ ಆದರೂ ಆದರಿಂದ ನಮಗೆ ಒಳಿತುಗಿದೆಯೇ ಯದು ಅರಿಯ ಬೇಕು, ಇದಕ್ಕಲ್ಲ ಪರಿಹಾರ ನಾವು ಹರಿಯಬೇಕು ಆಗಮತ್ರ ನಾವು ಬೆಳಸುವುದಕ್ಕೆ ಸಾಧ್ಯ ಏನ ತೀರಿ.

ಪ್ರಮುಖಿವಾಗಿ ನಮ್ಮ ದೇಶದಲ್ಲಿ ಇರಬೇಕಾದ ಕಾನೂನು ಹೇಗಿರಬೇಕು,

- ಮುಖ್ಯವಾಗಿ ನಾವು ಹಣಕ್ಕೆ ನಮ್ಮ ಮತ ಮಾರಿಕೊಲ್ಕಬಾರದು.

- ನಾವು ನಮ್ಮ ದೇಶಾಭಿಮಾನ ಮರೆಯಬಾರದು.

- ಬೇರೆ ದೇಶವನ್ನು ನೋಡಿ ಕಲಿಯಬೇಕು .

- ವಿದ್ಯಾವಂತವರಿಗೆ ಚುನಾವಣೆಯಲ್ಲಿ ಅವಕಾಶ ಕೊಡಬೇಕು.

- 60 ವರ್ಷ ವಯಸ್ಸದವರಿಗೆ ಚುನಾವಣೆಯಲ್ಲಿ ಅವಕಾಶ ಕೊಡಬಾರದು.

- ಚುನಾವಣೆ ಯಲ್ಲಿ ಗೆಲ್ಲ ಬೇಕೆಂದರೆ ಅವನು ಕಾಯಲಾಗಿ ಚುನಾವಣಾ ಪರೀಕ್ಷೆ ತಗೆದುಕೊಳ್ಳಬೇಕು.

- ಚುನಾವಣೆಯಲ್ಲಿ ಗೆದ್ದ ಅಭ್ಯರ್ಥಿಯ ಹೆಸರಲ್ಲೆ ಅಸ್ತಿ ಇರಬಾರದು, ಅವನ ಎಲ್ಲಾ ಖರ್ಚು ಸರಕಾರ ನೋಡಿ ಕೊಳ್ಳಬೇಕು.

- ದೇಶದ ಬೆಳವಣಿಗೆಯ ಮೇರೆಗೆ ಅಭ್ಯರ್ಥಿಯ ಸಂಭಾವನೆ ಹೆಚ್ಚಿಸಬೇಕು.

- ಸರಕಾರದ ಎಲ್ಲಾ ವಿಭಾಗದಲ್ಲಿ ಲೋಕಾಯುಕ್ತ ಪ್ರಭಾವ ಇರಬೇಕು, ಲೋಕಾಯುಕ್ತ ನೇಮಕ ದೇಶದ ಯೋಧ ರಿಂದ ಆಗಬೇಕು.

☐ ದೇಶದ ಅಭಿರುದ್ಧಿಗೆ ಜನಸಾಮಾನ್ಯರ ವೆಬ್ಸೈಟ್ ಬಿಡುಗಡೆ ಮಾಡಬೇಕು, ಅದರಲ್ಲಿ ಜನರು ಸರಕಾರ ಮಾಡಬೇಕಾದ ಕೆಲಸವನ್ನು ಸಂದೇಹದಿಂದ ತಿಳಿಯಬೇಕು.

☐ ಜನಸಾಮಾನ್ಯರ ರೇಟಿಂಗ್ಸ್ ಮೇರೆಗೆ ಮಂತ್ರಿಯ ಸರಕಾರ ನಡೆಸುವ ಕಾಲಾವದಿ ನಿರ್ಣಯ ಬಾಗಬೇಕು.

☐ ಏನಾದರೂ ಮಂತ್ರಿಯೂ ಲಾಂಭತಗೆದು ಕೊಳ್ಳುವುದನ್ನು ಲೋಕಾಯುಕ್ತರಿಗೆ ಆನ್ ಲೈನ್ ವೆಬ್ಸೈಟ್ ನಿಂದ ಸರಿಯಾದ ಮಾಹಿತಿ ಖಿಚಿತವಾದಲ್ಲಿ ಮಂತ್ರಿಯ ಪಟ್ಟ ಕಳೆದುಕೊಳುತಾನೆ ಅವನ ನಂತರದ ಪ್ರತಿ ಸ್ಪರ್ಧಿ ಪಟ್ಟ ತೆಗೆದುಕೊಳ್ಳುತ್ತಾರೆ.

☐ ಬಜೆಟ್ ನಲ್ಲಿ ಹೇಳಿದ ಎಲ್ಲಾ ಮಾಹಿತಿ ಯು ಜನಸಾಮಾನ್ಯರ ಮೊಬೈಲ್ ಗೆ ಸಂದೇಶವನ್ನು ಕಳಿಸಬೇಕು

☐ ಸರಕಾರ ಗಳಿಸಿದ ಆದಾಯ ಮತ್ತು ಖರ್ಚನ್ನು ಜನಸಾಮಾನ್ಯರ ಮೊಬೈಲ್ ಗೆ ಸಂದೇಶ ಕೊಡಬೇಕು.

6.ಭಾರತದ ತಂತ್ರಜ್ಞಾನ

ಭಾರತವು ತಂತ್ರಜ್ಞಾನ ಕ್ಷೇತ್ರದಲ್ಲಿ ಶ್ರೇಷ್ಠ ಸಾಧನೆ ಮಾಡಿರುವ ದೇಶವಾಗಿದೆ. ವೈಜ್ಞಾನಿಕ ಮತ್ತು ತಂತ್ರಜ್ಞಾನ ಕ್ಷೇತ್ರದಲ್ಲಿ ಭಾರತದ ಬೆಳವಣಿಗೆಯು ವಿವಿಧ ಆಯಾಮಗಳನ್ನು ಹೊಂದಿದೆ. ಇಲ್ಲಿ ಭಾರತದ ತಂತ್ರಜ್ಞಾನ ಕ್ಷೇತ್ರದ ಪ್ರಮುಖ ಸಾಧನೆಗಳು ಮತ್ತು ಕ್ಷೇತ್ರಗಳನ್ನು ವಿವರಿಸಲಾಗಿದೆ:

1. ಮಾಹಿತಿ ತಂತ್ರಜ್ಞಾನ (IT):

- **ಸಾಫ್ಟ್‌ವೇರ್ ಅಭಿವೃದ್ಧಿ:** ಭಾರತವು ಸಾಫ್ಟ್‌ವೇರ್ ಅಭಿವೃದ್ಧಿ ಮತ್ತು ಐಟಿ ಸೇವೆಗಳ ಪ್ರಪಂಚದ ಪ್ರಮುಖ ಕೇಂದ್ರವಾಗಿದೆ. ಬೆಂಗಳೂರನ್ನು 'ಭಾರತದ ಸಿಲಿಕಾನ್ ವ್ಯಾಲಿ' ಎಂದು ಕರೆಯುತ್ತಾರೆ.

- **ಐಟಿ ಕಂಪನಿಗಳು:** ಇನ್ಫೋಸಿಸ್, ಟಾಟಾ ಕನ್ಸಲ್ಟನ್ಸಿ ಸರ್ವಿಸಸ್ (TCS), ವಿಪ್ರೋ ಮುಂತಾದ ಕಂಪನಿಗಳು ಜಾಗತಿಕ ಮಟ್ಟದಲ್ಲಿ ಹೆಸರುವಾಸಿಯಾಗಿದೆ.

- **ಆತ್‌ಟ್ಸೋರ್ಸಿಂಗ್:** ವಿಶ್ವದಾದ್ಯಂತದ ಕಂಪನಿಗಳಿಗೆ ತಾಂತ್ರಿಕ ನೆರವು ಮತ್ತು ಸೇವೆಗಳನ್ನು ಒದಗಿಸುತ್ತಿದೆ.

2. ಬಾಹ್ಯಾಕಾಶ ತಂತ್ರಜ್ಞಾನ:

- **ಇಸ್ರೋ (ISRO):** ಭಾರತೀಯ ಬಾಹ್ಯಾಕಾಶ ಸಂಶೋಧನಾ ಸಂಸ್ಥೆ, ಯಶಸ್ವಿ ಬಾಹ್ಯಾಕಾಶ ಯೋಜನೆಗಳು ಮತ್ತು ಉಪಗ್ರಹ ಉಡಾವಣೆಗಳಲ್ಲಿ ಪ್ರಖ್ಯಾತವಾಗಿದೆ.

- **ಚಂದ್ರಯಾನ:** ಚಂದ್ರಯಾನ-1 ಮತ್ತು ಚಂದ್ರಯಾನ-2 ಯೋಜನೆಗಳು.

- **ಮಂಗಳಯಾನ:** ಮಂಗಳ ಗ್ರಹದತ್ತ ಯಶಸ್ವಿಯಾಗಿ ಉಡಾಯಿಸಿದ ಮೊದಲ ಯೋಜನೆ.

- **ಜಿಎಸ್ಎಲ್ವಿ ಮತ್ತು ಪಿಎಸ್ಎಲ್ವಿ:** ಉಪ್ಪರಿತಲ ಉಪಗ್ರಹ ರಾಕೆಟ್‌ಗಳು.

3. ನ್ಯೂಕ್ಲಿಯರ್ ತಂತ್ರಜ್ಞಾನ:

- **ಭಾರತದ ನ್ಯೂಕ್ಲಿಯರ್ ಪರ್ವತ್ತನ:** ಶಾಂತಿಪೂರ್ಣ ನ್ಯೂಕ್ಲಿಯರ್ ತಂತ್ರಜ್ಞಾನ, ವಿದ್ಯುತ್ ಉತ್ಪಾದನೆ, ಮತ್ತು ವೈದ್ಯಕೀಯ ಕ್ಷೇತ್ರದಲ್ಲಿ ನ್ಯೂಕ್ಲಿಯರ್ ತಂತ್ರಜ್ಞಾನ ಬಳಕೆ.

- **ಐಟಿಆರ್ (Indian Nuclear Research):** ಬಾಬಾ ಅಟೋಮಿಕ್ ರಿಸರ್ಚ್ ಸೆಂಟರ್ (BARC) ಮತ್ತು ಇತರ ನ್ಯೂಕ್ಲಿಯರ್ ಸಂಶೋಧನಾ ಕೇಂದ್ರಗಳು.

4. ಬಯೋಟೆಕ್ನಾಲಜಿ:

- **ಜೀವವಿಜ್ಞಾನ:** ತೈಲ ಬೀಜಗಳು, ಕೃಷಿ ಉತ್ಪಾದನೆ ಹೆಚ್ಚಿಸಲು ಪಿತ್ತಪಾಣಿಯ ಬದಲಾವಣೆ, ವೈದ್ಯಕೀಯ ಸಂಶೋಧನೆಗಳು.

- **ವೈದ್ಯಕೀಯ ತಂತ್ರಜ್ಞಾನ:** ಔಷಧಗಳ ಸಂಶೋಧನೆ, ವ್ಯಾಕ್ಸಿನೇಷನ್ ಅಭಿಯಾನಗಳು.

5. ನವೀನ ತಂತ್ರಜ್ಞಾನಗಳು:

- **ನಾನು ತಂತ್ರಜ್ಞಾನ:** ಭಾರತದ ಸಂಶೋಧನಾ ಸಂಸ್ಥೆಗಳು ಮತ್ತು ಯೂನಿವರ್ಸೀಟಿಗಳು ನಾನು ತಂತ್ರಜ್ಞಾನದಲ್ಲಿ ಪ್ರಗತಿಯನ್ನು ಸಾಧಿಸುತ್ತಿವೆ.

- **ಆಟೋಮೇಶನ್ ಮತ್ತು ರೋಬೋಟಿಕ್ಸ್:** ಕಾರ್ಖಾನೆಗಳಲ್ಲಿ, ಆರೋಗ್ಯದಲ್ಲಿ, ಮತ್ತು ಬೇರೆ ಕ್ಷೇತ್ರಗಳಲ್ಲಿ ರೋಬೋಟಿಕ್ ತಂತ್ರಜ್ಞಾನಗಳ ಬಳಸಿಕೆ.

6. ಎಲೆಕ್ಟ್ರಾನಿಕ್ಸ್ ಮತ್ತು ಸಿಸ್ಟಮ್ಸ್ ಇಂಟಿಗ್ರೇಶನ್:

- **ಅವಿಯಾನಿಕ್ಸ್:** ಭಾರತೀಯ ವಾಯುಸೇನೆಯಲ್ಲಿನ ಅಂತರಿಕ್ಷ ಪಯಣ ಮತ್ತು ತಂತ್ರಜ್ಞಾನ.

- **ಡಿಆರ್‌ಡಿಒ (DRDO):** ಭಾರತೀಯ ರಕ್ಷಣಾ ಸಂಶೋಧನೆ ಮತ್ತು ಅಭಿವೃದ್ಧಿ ಸಂಸ್ಥೆಯು ಹಲವು ಪ್ರಮುಖ ರಕ್ಷಣಾ ತಂತ್ರಜ್ಞಾನಗಳನ್ನು ಅಭಿವೃದ್ಧಿ ಮಾಡಿದೆ.

7. ಆರೋಗ್ಯ ತಂತ್ರಜ್ಞಾನ:

- **ಟೆಲಿಮೆಡಿಸಿನ್:** ದೂರಸ್ಥ ಸ್ಥಳಗಳಲ್ಲಿ ವೈದ್ಯಕೀಯ ನೆರವು ಒದಗಿಸಲು.

- **ಚಿಕಿತ್ಸಾ ಉಪಕರಣಗಳು:** ಸೀಮೆತಣತೆ, ಹೃದಯದ ದಂಧರ.

8. ಶ್ರೇಯಾಂಶ (Renewable Energy):

- **ಸೌರ ಶಕ್ತಿ:** ಭಾರತವು ಸೌರ ಶಕ್ತಿಯಲ್ಲಿ ಭಾರೀ ಹೂಡಿಕೆ ಮಾಡುತ್ತಿದ್ದು, ಅತ್ಯಂತ ಶ್ರೇಯಾಂಶ ಉತ್ಪಾದನಕಾರನಾಗಿದೆ.

- **ಪವನಶಕ್ತಿ:** ಪವನಶಕ್ತಿಯಲ್ಲಿ, ತಮಿಳುನಾಡು ಮುಂತಾದ ರಾಜ್ಯಗಳು ಪ್ರಮುಖವಾಗಿದೆ.

9. ಡಿಜಿಟಲ್ ಇಂಡಿಯಾ:

- **ಡಿಜಿಟಲ್ ಯೋಜನೆಗಳು:** ಸರ್ಕಾರದ ಸೇವೆಗಳನ್ನು ಡಿಜಿಟಲ್ ರೂಪದಲ್ಲಿ ನೀಡಲು, ಉಚಿತ ಇಂಟರ್ನೆಟ್ ಪ್ರವೇಶ, ಬ್ಯಾಂಕಿಂಗ್ ಸೌಲಭ್ಯಗಳು.

- **ಆಧಾರ್:** ಜೈವಿಕ ಗುರುತಿನ ಪಟ ಹಾಗೂ ಬೃಹತ್ ಡೇಟಾ ಸಂಗ್ರಹಣೆ.

10. ಕೃಷಿ ತಂತ್ರಜ್ಞಾನ:

ಆಧುನಿಕ ಕೃಷಿ ತಂತ್ರಜ್ಞಾನಗಳು: ಸಸ್ಯಹನಿ, ತೋಟಗಾರಿಕೆ, ತ್ಯಾಜ್ಯ ಜಲಾವೃತ ಕ್ರಮಗಳು, ಆಟೋಮೇಟೆಡ್ ಕೃಷಿ ಯಂತ್ರೋಪಕರಣಗಳು.

ಭಾರತವು ವೈಜ್ಞಾನಿಕ ಮತ್ತು ತಂತ್ರಜ್ಞಾನ ಕ್ಷೇತ್ರದಲ್ಲಿ ಉತ್ತಮ ಸಾಧನೆ ಮಾಡುತ್ತಾ, ಜಾಗತಿಕ ಮಟ್ಟದಲ್ಲಿ ತನ್ನ ಸ್ಥಾನವನ್ನು ಮೆರೆಯುತ್ತಿದೆ.

7.ಭಾರತದ ಭವಿಷ್ಯದ ಅಭಿವೃದ್ಧಿ

ಭಾರತದ ಭವಿಷ್ಯದ ಅಭಿವೃದ್ಧಿ ತುಂಬಾ ವಿಸ್ತಾರವಾದ ವಿಷಯವಾಗಿದೆ, ಮತ್ತು ಇದು ಅನೇಕ ಅಂಶಗಳನ್ನು ಒಳಗೊಂಡಿರುತ್ತದೆ. ಇಲ್ಲಿದೆ ಕೆಲವು ಮುಖ್ಯ ವಲಯಗಳು ಮತ್ತು ಆವಶ್ಯಕತೆಗಳು, ಜೊತೆಗೆ ಮುಂದಿನ ವರ್ಷಗಳಲ್ಲಿ ಭಾರತವು ಎಂತಹ ಬೆಳವಣಿಗೆಯನ್ನು ಕಾಣಬಹುದು ಎಂಬುದರ ಕುರಿತು ಪರಿಚಯ:

ಆರ್ಥಿಕ ಅಭಿವೃದ್ಧಿ

- **ಉದಯೋನ್ಮುಖ ಬಡಪಾಯಿಗಳಿಗೆ ವಿಶೇಷ ಸಹಾಯ**: ಆರ್ಥಿಕ ವ್ಯತ್ಯಾಸಗಳನ್ನು ಕಡಿಮೆ ಮಾಡಲು ಮತ್ತು ಬಡತನ ನಿರಾಕರಣೆ ಕಾರ್ಯಕ್ರಮಗಳನ್ನು ಬಲಪಡಿಸಲು ಸರ್ಕಾರವು ಹೆಚ್ಚಿನ ನೋಟ ಹಾಕುವುದು ಮುಖ್ಯವಾಗಿದೆ.

- **ಸಮಗ್ರ ಬೆಳವಣಿಗೆ**: ದೇಶದ ವಿವಿಧ ಭಾಗಗಳಲ್ಲಿ ಸಮಾನ ರೀತಿಯ ಅಭಿವೃದ್ಧಿಯನ್ನು ಖಚಿತಪಡಿಸಿಕೊಳ್ಳುವುದು ಮುಖ್ಯ. ಗ್ರಾಮೀಣ ಪ್ರದೇಶಗಳಿಗೂ ನಗರ ಪ್ರದೇಶಗಳಷ್ಟೆ ತಂತ್ರಜ್ಞಾನ ಮತ್ತು ಮೂಲಸೌಕರ್ಯವನ್ನು ಒದಗಿಸಲು ಬದ್ಧವಾಗಿರಬೇಕು.

ತಂತ್ರಜ್ಞಾನ ಮತ್ತು ನಾವೀನ್ಯತೆ

- **ಡಿಜಿಟಲ್ ಇಂಡಿಯಾ**: ಡಿಜಿಟಲ್ ಮೂಲಸೌಕರ್ಯವನ್ನು ಬಲಪಡಿಸುವುದು, ಇಂಟರ್ನೆಟ್ ಪ್ರವೇಶವನ್ನು ಹೆಚ್ಚು ಜನಪ್ರಿಯಗೊಳಿಸುವುದು ಮತ್ತು ಡಿಜಿಟಲ್ ಸೇವೆಗಳ ಬಳಕೆಯನ್ನು ಹೆಚ್ಚಿಸುವುದು ಮುಂದಿನ ಪ್ರಮುಖ ಸವಾಲು.

- **ಸ್ಟಾರ್ಟ್‌ಅಪ್ ಎಕೋಸಿಸ್ಟಮ್**: ಸ್ಟಾರ್ಟ್‌ಅಪ್ ಗಳಿಗೆ ಮತ್ತು ನಾವೀನ್ಯತೆಗೆ ಹೆಚ್ಚಿನ ಪ್ರೋತ್ಸಾಹ ನೀಡುವುದು, ಹೊಸ ತಂತ್ರಜ್ಞಾನಗಳನ್ನು ಅಭಿವೃದ್ಧಿಪಡಿಸಲು ಅವಕಾಶ ನೀಡುವುದು.

ಶಿಕ್ಷಣ ಮತ್ತು ಕೌಶಲ್ಯಾಭಿವೃದ್ಧಿ

- **ಸರ್ವ ಶಿಕ್ಷಾ ಅಭಿಯಾನ**: ಶಿಕ್ಷಣವನ್ನು ಹೆಚ್ಚು ಲಭ್ಯವಾಗುವಂತೆ ಮಾಡುವುದು ಮತ್ತು ಶಾಲಾ ಬಿಡುವ ಬದಲಾವಣೆಗಳನ್ನು ಕಡಿಮೆ ಮಾಡಲು ಕ್ರಮಗಳನ್ನು ಕೈಗೊಳ್ಳುವುದು.

- **ಕೌಶಲ್ಯಾಭಿವೃದ್ಧಿ**: ಹೊಸ ಉದ್ಯೋಗಾವಕಾಶಗಳನ್ನು ಸೃಷ್ಟಿಸಲು ಮತ್ತು ದೇಶದ ಯುವಜನತೆಗೆ ಅಗತ್ಯ ಕೌಶಲ್ಯಗಳನ್ನು ಒದಗಿಸಲು ಕೌಶಲ್ಯಾಭಿವೃದ್ಧಿ ಕಾರ್ಯಕ್ರಮಗಳನ್ನು ಜಾರಿಗೆ ತರುವುದು.

ಆರೋಗ್ಯ ಮತ್ತು ಸುಸ್ಥಿರತೆ

- **ಆರೋಗ್ಯ ಸೇವೆ**: ಎಲ್ಲಾ ಸಮುದಾಯಗಳಿಗೆ ಕೈಲಾದ ಮತ್ತು ಗುಣಮಟ್ಟದ ಆರೋಗ್ಯ ಸೇವೆಗಳನ್ನು ಒದಗಿಸಲು ಆರೋಗ್ಯ ಮೂಲಸೌಕರ್ಯವನ್ನು ಸುಧಾರಿಸಲು ಹೆಚ್ಚಿನ ಬಂಡವಾಳ ಹೂಡಿಕೆ.

- **ಪರಿಸರ ಪ್ರಕ್ರಿಯೆಗಳು**: ಪರಿಸರ ಸ್ನೇಹಿ ನೀತಿಗಳನ್ನು ಅನುಸರಿಸುವುದು, ನವೀಕೃತ ಶಕ್ತಿಯ ಬಳಕೆ ಮತ್ತು ಪರಿಸರದ ಸಂರಕ್ಷಣೆಯನ್ನು ಹೆಚ್ಚಿಸಲು ಬದ್ಧತೆಯನ್ನು ತೋರಿಸುವುದು.

ಸ್ಮಾರ್ಟ್ ನಗರ ಮತ್ತು ಮೂಲಸೌಕರ್ಯ

- **ಸ್ಮಾರ್ಟ್ ಸಿಟೀಸ್**: ತಂತ್ರಜ್ಞಾನವನ್ನು ಬಳಸಿಕೊಂಡು ನಗರ ಮೂಲಸೌಕರ್ಯವನ್ನು ಸುಧಾರಿಸಲು ಮತ್ತು ನಗರ ಪ್ರದೇಶಗಳಲ್ಲಿ ಜೀವಮಟ್ಟವನ್ನು ಸುಧಾರಿಸಲು ಯೋಜನೆಗಳು.

- **ಪೋರ್ ಮತ್ತು ಹಳ್ಳಿ ಸಂಪರ್ಕ**: ಹೆದ್ದಾರಿಗಳು, ರೈಲು ಮಾರ್ಗಗಳು ಮತ್ತು ವಿಮಾನ ನಿಲ್ದಾಣಗಳನ್ನು ಅಭಿವೃದ್ಧಿಪಡಿಸುವ ಮೂಲಕ ಉತ್ತಮ ಸಂಪರ್ಕವನ್ನು ಖಚಿತಪಡಿಸಿಕೊಳ್ಳುವುದು.

ಪುರೋಗಾಮಿ ನೀತಿಗಳು

- **ವ್ಯಾಪಾರ ಸುಗಮತೆ**: ವ್ಯಾಪಾರ ಮಾಡಲು ಸುಲಭವಾಗುವಂತಹ ಪರಿಸರವನ್ನು ರೂಪಿಸುವುದು, ತೆರಿಗೆ ಸರಳೀಕರಣ ಮತ್ತು ನಿರ್ಬಂಧಗಳನ್ನು ಕಡಿಮೆ ಮಾಡಲು ಯೋಜನೆಗಳು.

- **ವಿದೇಶಿ ಬಂಡವಾಳ ಹೂಡಿಕೆ**: ದೇಶದಲ್ಲಿ ವಿದೇಶಿ ಬಂಡವಾಳ ಹೂಡಿಕೆಯನ್ನು ಪ್ರೋತ್ಸಾಹಿಸಲು ಪರಿಸರವನ್ನು ಸುಧಾರಿಸಲು ಮತ್ತು ದೇಶದ ಆರ್ಥಿಕತೆಯನ್ನು ವಿಶ್ವಗೋಚರವಾಗಿ ಮಾಡಲು ಬದ್ಧತೆ.

ಸವಾಲುಗಳು

- **ಅಸಮತೋಲನದ ಬೆಳವಣಿಗೆ**: ದೇಶದ ಕೆಲವು ಭಾಗಗಳು ಬೇಗನೆ ಅಭಿವೃದ್ಧಿ ಹೊಂದಿದರೆ, ಇತರ ಭಾಗಗಳು ಹಿಂದುಳಿದಿರುವ ಸಮಸ್ಯೆಯನ್ನು ಪರಿಹರಿಸಬೇಕು.

- **ವಲಸೆ ಮತ್ತು ನಗರೀಕರಣ**: ನಗರೆಗಳಿಗೆ ಹೆಚ್ಚಿನ ಜನಸಂಚಾರವು ಮೂಲಸೌಕರ್ಯ ಮತ್ತು ಸೇವೆಗಳ ಮೇಲೆ ಒತ್ತಡವನ್ನು ಹಾಕುತ್ತದೆ, ಇದನ್ನು ಸಮರ್ಥವಾಗಿ ನಿರ್ವಹಿಸಬೇಕು.

ಮುಕ್ತಾಯ

ಭಾರತವು ಮುಂದಿನ ವರ್ಷಗಳಲ್ಲಿ ತನ್ನ ಅಭಿವೃದ್ಧಿಯ ದೃಷ್ಟಿಯಲ್ಲಿ ದೊಡ್ಡ ಮಟ್ಟದ ಪರಿವರ್ತನೆಗಳನ್ನು ಕಾಣಬಹುದು. ಸರಿಯಾದ ನೀತಿಗಳು, ಬಲವಾದ ರಾಜಕೀಯ ಇಚ್ಛಾಶಕ್ತಿ ಮತ್ತು ಉದ್ದೇಶಿತ ಹೂಡಿಕೆಗಳು, ದೇಶವನ್ನು ಮುಂದಿನ ದಶಕಗಳಲ್ಲಿ ಮಹತ್ವದ ಆರ್ಥಿಕ ಮತ್ತು ಸಾಮಾಜಿಕ ಶಕ್ತಿಯಾಗಿ ರೂಪಿಸಬಹುದು.

www.ingramcontent.com/pod-product-compliance
Lightning Source LLC
Chambersburg PA
CBHW031243130726
47988CB00008B/3213